ஆர். அபிலாஷ்

1980ல் பத்மநாபபுரத்தில் பிறந்தார். ஆங்கில இலக்கியத்தில் முனைவர் பட்டம் பெற்றுள்ளார். கடந்த பத்து வருடங்களாக, உயிர்மை, தீராநதி, அம்ருதா, குமுதம், ஆனந்த விகடன், தி இந்து, தினமணி, கல்கி உள்ளிட்ட தமிழ் இடைநிலை இதழ்களிலும் வெகுஜன இதழ்களிலும் எழுதி வருகிறார். குமுதம் இதழில் கிரிக்கெட் பற்றியும், தினமணியில் ஆங்கிலம் பற்றியும் தொடர்கள் எழுதினார்.

இதுவரை மூன்று நாவல்கள், ஒரு சிறுகதைத் தொகுப்பு, ஒரு கட்டுரைத் தொகுப்பு, வாழ்க்கை சரிதை, ஒரு கவிதைத் தொகுப்பு, ஒரு ஹைக்கூ கவிதைகளின் மொழியாக்கத் தொகுப்பு ஆகிய நூல்களைப் பிரசுரித்திருக்கிறார். இவரது 'கால்கள்' நாவலுக்கு 2014ல் சாகித்ய அகாதெமி யுவ புரஸ்கார் விருது வழங்கப்பட்டது. 2016ல் பாரதிய பாஷா பரிஷத் விருதும் இவரது இலக்கியப் பங்களிப்புக்காக வழங்கப்பட்டது.

தற்போது பெங்களூரு கிரைஸ்ட் பல்கலைக்கழகத்தில் ஆங்கிலப் பேராசிரியராகப் பணிபுரிகிறார்.

90களின் தமிழ் சினிமா

ஆர். அபிலாஷ்

90களின் தமிழ் சினிமா

90galin Tamil Cinema

R. Abilash ©

First Edition: December 2017
120 Pages

ISBN 978-81-8493-886-9
Kizhakku - 1077

Kizhakku Pathippagam
177/103, First Floor,
Ambal's Building, Lloyds Road,
Royapettah, Chennai 600 014.
Ph: +91-44-4200-9603

Email : support@nhm.in
Website : www.nhm.in

Author's Email: abilashchandran70@gmail.com

Kizhakku Pathippagam is an imprint of New Horizon Media Private Limited.

இயக்குநர் ராமுக்கு...

உள்ளே

முன்னுரை

...

தொண்ணூறுகள் எனக்கு எப்போதுமே நினைவில் மீட்டிப் பார்க்க வசீகரமான காலகட்டமாய் இருந்துள்ளது. நான் தொண்ணூறுகளில் பதின்பருவத்தினனாய் இருந்தேன் என்பது மட்டும் காரணமல்ல. தொண்ணூறுகளின் பிற்பகுதியில் துவங்கி இரண்டாயிரத்தில் இந்தியா மிகப்பெரிய மாற்றங்களைச் சந்தித்தது. இந்திய அளவில் நிகழ்ந்த உலகமயமாக்கல், தாராளமயமாக்கல், அதை ஒட்டிய தேசியவாதம், மதவாதம், தமிழகத்திலும் அலைகளைக் கிளப்பின. பொருளாதாரம், மீடியா, அரசியல், சமூகம், உறவுகள், தமிழ் உளவியல் என ஒவ்வொன்றிலும் தமிழர்கள் உருமாறினோம். மேலும், சமகாலத்தை - அதாவது இரண்டாயிரத்தை - அறியவும் தொண்ணூறு களுடன் ஒப்பிடுவதுதான் சிறந்த வழி. தமிழர்களின் ஆன்மா சினிமாவில் உறைந்துள்ளது என்பதால் தொண்ணூறுகளின் சினிமாவை அலசி ஆராய்வது எனக்குக் கிளர்ச்சி அளிக்கிறது; மனத்திறப்பைத் தருகிறது. அப்படித்தான் இத்தொகுப்பில் வரும் கட்டுரைகளை நான் எழுதத் துவங்கினேன்.

தமிழனின் மன அறைகளின் கதவுகளை ஒவ்வொன்றாய்த் திறந்து பார்க்க எனக்கு இதிலுள்ள கட்டுரைகள் உதவின. கடந்த இருபதாண்டுகளில் நாம், பெண்ணுடலை, பெண் களுடனான உறவாடலை, காதலை, நட்பை, சாதியை, அரசியலை, லட்சியங்களை, மதுவை, கேளிக்கையைப் பார்க்கும் விதம் முழுக்க மாறி உள்ளது. அதை நான் இக்கட்டுரைகள் வழி தொட்டுணர்த்த முயன்றுள்ளேன்.

கறாராய்த் தொண்ணூறுகளின் படங்களைப் பற்றி மட்டும் நான் பேசவில்லை. எண்பது, தொண்ணூறுகளில் துவங்கி இன்றுள்ள படங்கள் வரை இங்கு நிகழ்ந்துள்ள மாற்றங்களின் ஒரு வரைபடத்தை அளிக்கும் கட்டுரைகளைத் தொகுத்துள்ளேன்.

வணிக சினிமா குறித்த ஆய்வுகள் தமிழில் இன்னும் அதிகமாய் நிகழ வேண்டும் என்பது என் விருப்பம். அதற்கு ஒரு துவக்கப் புள்ளியாய் இந்நூல் அமைந்தால் பெரிதும் மகிழ்வேன். பொதுவாகத் தமிழ் சினிமா குறித்த விவாதங் களை விரும்பும் வாசகர்களுக்கு இந்நூல் ஆர்வமூட்டும், புதுப் பார்வையை அளிக்கும் என நம்புகிறேன்.

இக்கட்டுரைகளை வெளியிட்ட உயிர்மை, ஆனந்த விகடன், தடம், காட்சிப்பிழை ஆகிய இதழ்களுக்கு என் நன்றியைத் தெரிவித்துக் கொள்கிறேன்.

ஆர். அபிலாஷ்

காதலும் கடந்து போகும்:
முப்பது வருடங்களில் காதல் வந்து சேர்ந்துள்ள இடம்

•••

எனக்கு 17 வயதிருக்கும்போது நானும் சில இலக்கிய நண்பர்களுமாய் ஓர் அரசியல் கருத்தரங்கில் கலந்துகொள்ள ரயிலில் சென்னை கிளம்பினோம். நண்பர்கள் வயதில் என்னைவிட இருபதும் முப்பது வருடங்கள் மூத்தவர்கள். ஊரில் கூட்டங்களிலோ நேரிலோ சந்திக்கையில் அவர்கள் அரசியல், இலக்கியம், சமூகம் அன்றி வேறெதையும் உரையாடியதில்லை. ஆனால் ரயிலில் ஒன்று சேர்ந்ததும் பேச்சு முழுக்கப் பெண்கள் பற்றியதாக மாறியது. தீவிர விசயங்களை முழுக்க உதறி அவர்கள் தம் பால்யத்துக்குத் திரும்பினார்கள். ஒரு மார்க்ஸிய அறிஞர் தான் பார்த்த நீலப்படம் (ப்ளூ ஃபிலிம்) பற்றிப் பேசினார். வேறு சிலர் தம் இளமைக்காலக் காதலிகள் பற்றி அசை போட்டபடி திளைத்துக் கொண்டிருந்தார்கள். நான் இவர்கள் மத்தியில் தனி ஆளாய்த் தத்தளித்தேன். சற்று நேரம் கழித்து நானும் என்னைவிடப் பத்து வயது மூத்த ஒரு கவிஞருமாய் எழுந்து ரயிலுக்குள் உலாத்தத் துவங்கினோம். இரண்டாம் வகுப்பு இருக்கையில் ஒரு வெள்ளைக்கார இளைஞர் அமர்ந்திருப்பது பார்த்து ஆர்வம் கொண்டு அவரிடம் சென்று பேச்சுக் கொடுத்தோம். வயது இருபதுக்குள் இருக்கும். அவர் இந்தியா முழுக்கப் பயணம் மேற்கொண்டிருந்தார். நாங்கள் எடுத்த எடுப்பிலே 'நீங்கள் முதன்முதலில் எந்த வயதில் செக்ஸ் வைத்துக் கொண்டீர்கள்?' என்று உடைந்த ஆங்கிலத்தில் அவரிடம் கேட்டோம். அவர் எந்தத் தயக்கமும் இல்லாமல் 'பதினாலு வயதில் என் முதல்

செக்ஸ் அனுபவம் நிகழ்ந்தது' என்றார். ஏதோ முதன் முதலில் சைக்கிள் விடப் பழகியதைப் போல் அதைப் பற்றி அவர் குறிப்பிட்ட விதம் என்னை ஆச்சரியப் படுத்தியது. இன்று இருபது வருடங்களுக்குப் பிறகு இதே பதிலை ஓர் இந்திய இளைஞன் கொஞ்சம் அலட்டல், கர்வத்தோடு கூறுகிறான். இன்று பெண்ணுடலோ செக்ஸோ யாருக்கும் திகைப்பான காரியம் அல்ல.

மனித உடலைச் சமூகம் கண்காணிக்கும் நெருக்கடியில் செக்ஸ் காணாப்பொருளாக, அபூர்வமாய், அதனாலே அச்சமூட்டுவதாய், புனிதமானதாய் நமக்கு முன்பு தோன்றியது. இன்று அது தலைகீழாகி விட்டது. செக்ஸ்தான் காதலின் அடிப்படை. அதனால் காதலையும் சேர்த்துப் பிற விசயங்களும் இன்று சாதாரணமாகி விட்டன.

பெண்ணுடன் உரையாடுவது அபூர்வமாய் இருந்த சமூகச் சூழலில் அது தவமிருந்து பெற்ற வரமாய்க் கருதப்பட்டது. என்பது, தொண்ணூறுகளின் சினிமாவில் இந்தச் சித்திரம் காதல் பற்றி இருந்தது. ஒரு பெண்ணிடம் ஒரு சொல் மனம் திறந்து பேசும் தன்னம்பிக்கை இல்லாத முரளிகள் ஏராளம் தோன்றினார்கள். அவர்கள் கடைசி வரை மறுகிக்கொண்டே இருந்தார்கள். இலக்கியத்தில் இத்தகைய ஓர் ஆண்நிலையை தி.ஜானகிராமன் 'மோகமுள்' நாவலில் உருவாக்கினார்.

தொண்ணூறுகளின் இறுதியில் தாராளமயமாக்கல், பொருளாதார வளர்ச்சி, ஊடகப் பெருக்கம், பன்னாட்டு நிறுவனங்கள் நம் சூழலைப் புரட்டிப் போட்டன. இந்தப் புது சமூக வெளிகளில் ஆணும் பெண்ணும் தடையின்றி ஓரளவு உரையாட முடிந்தது. இந்தக் கட்டத்தில் செக்ஸ் குறித்த திகைப்பு விலக ஆரம்பித்தது. காதல் என்பது ஒரு பெண்ணைத் துரத்தி அடையும் காரியம் அல்ல, காதல் ஒரு பெண்ணுடன் பகிரும் அன்பு, இச்சை, உரையாடல் எனும் புது சித்திரம் ஒன்று ஆண்களுக்கு ஏற்பட்டது. சங்கரின் 'காதலன்' படத்தை 'பாய்ஸ்டன்' ஒப்பிட்டால் தொண்ணூறுகள் துவங்கி இரண்டாயிரத்தின் முதல்பாதி வரையிலான இந்த மாற்றத்தை நாம் சுலபத்தில் புரிந்து கொள்ள முடியும். 'காதலன்' படத்தில் தன் காதலியை நெருங்கிப் பேசவே நாயகன் போராடி பல நாட்கள்

காத்திருப்பான். காதலியின் ஒரு மயிரிழையைப் பாதுகாத்து அதைப் பற்றிப் பாடி நடனம் எல்லாம் ஆடுவான். ஆனால் 'பாய்ஸில்' பதின்வயதுப் பையன்கள் தம் காதலியர் அறிமுகமான குறைந்த காலத்திலேயே தியேட்டர், மால் என ஜாலியாய்ச் சுற்றுகிறார்கள். சுவாரஸ்யமாக, இப்பெண்கள் 'காதல் வேண்டாம், நட்பு போதும்' எனும் நிபந்தனையின் பேரில்தான் உறவை ஏற்பார்கள். பையன்கள் தொடர்ந்து இப்பெண்களைத் தொட முயன்று கொண்டே இருப்பார்கள். நட்புக்கும் இச்சைக்கும் இடையிலான காதலின் கட்டம் இது. இந்த உறவுநிலை மாற்றம் மூன்று விதமான சிக்கல்களையும் உருவாக்கியது.

பெண்ணுடல், அதன் மீறல், மீறலின் ஒழுங்கீனம் குறித்துச் சமூகத்தில் பரவலாய்ச் சர்ச்சைகள் தோன்றின. நாற்பது வயதுக்கு மேலானோர் இளம் தலைமுறையின் கட்டுப் பாடின்மை குறித்துப் பதற்றம் கொண்டனர். 'பாய்ஸ்' படத்தின் ஆபாசம் குறித்து அன்று நிகழ்ந்த சர்ச்சைகள் இதன் விளைவுதான். இதனால் பெண்கள் மீதான கட்டுப் பாடுகள் அதிகமாயின. பொறியியல் கல்லூரிகளில், தனியார்ப் பள்ளிகளில், பொதுவெளிகளில் பெண்கள் கடுமையாய்க் கண்காணிக்கப்பட்டனர். இந்தக் கட்டுப்பாடுகள் அதிகமுள்ள கல்லூரிகளில் தம் மகள்களைச் சேர்ப்பதில் பெற்றோர் சிரத்தை எடுத்தனர். இருபது வருடங்கள் முன்பு வரை சமூகத்துக்கு இந்தக் கவலை இருந்ததில்லை.

காதலின் சுதந்திரம் அடுத்து நம் சாதியமைப்பைச் சற்றே அசைத்துப் பார்த்தது. உளவியல்படி மனித மனம் சுலபத்தில் வேறு குழுவை (சாதியை) சேர்ந்தவர்கள் மீது இச்சை கொள்ளும். இதனால்தான் மற்ற விசயங்களில் இறுக்கமான சாதியவாதிகளாய் இருக்கும் நாம், மாற்றுச் சாதியினர் மீது காதல் கொள்வது அதிகமானது. காதலுக்கு முன்பும் பின்பும் நாம் சாதியத்தைக் கடைப்பிடிக்கத் தவற மாட்டோம். காதல் செய்யும் காலம் மட்டுமே விதிவிலக் காக இருக்கும். கௌரவக் கொலைகள், காதலை ஒட்டிய சாதிய வன்முறைகளின் காலம் உச்சம் பெற்றது. சாதி மீறிய காதலர்களைச் சமூகம் ஊர் ஊராய்த் துரத்தி நிர் மூலமாக்கியது. பிணங்களைக் காட்சிப்படுத்தி எச்சரிக்கை செய்தது. இந்தக் கொடுமை இன்றுவரை தொடர்கிறது.

இந்தச் சிக்கலுக்கு பெரும்பாலான தமிழ் காதலர்களின் எதிர்வினை என்ன? அவர்கள் எதற்கு வீண் பிரச்சினை என நினைத்தார்கள். இந்த சன்மார்க்க சமரசக் கோணத்தில் பார்த்து, சாதி கடந்த காதல் அல்லது பெற்றோரின் விருப்பத்தை மீறிய காதலுக்கான தீர்வைப் பேசும் 'காதலுக்கு மரியாதை', 'காதல்' போன்ற படங்கள் பெரும் வெற்றி பெற்றன.

மூன்றாவதாய், சுதந்திரமான பெண்ணுடல் ஆண்களில் ஒரு பகுதியினருக்குக் கசப்பை, ஏமாற்றத்தை, குழப்பத்தை ஏற்படுத்தியது. இந்தப் பெண்களுடன் நேரடியாய்ப் பழகும், அவர்களின் அன்பைப் பெறும் வாய்ப்பற்ற ஏராளமான ஆண்கள் இருந்தார்கள். இவர்கள் இப்பெண் களை ஒழுக்கமற்றவர்கள் எனப் பழித்தார்கள். அல்லது அமிலம் வீசுவது, பலாத்காரம் செய்வது, தாக்குவது என வேறு வழிகளில் எதிர்வினை ஆற்றினார்கள். 'என்னை ஏன் நீ பொருட்படுத்தவில்லை' என இவர்கள் பெண் களிடம் குரோதத்துடன் கேட்டார்கள். ஆனால் இப்பெண் களை அணுகி உரையாடும் மொழி இந்த ஆண்களுக்குத் தெரியவில்லை. ஆம், சமூகத்தின் அனைத்து வெளிகளிலும் பெண்கள் புழங்கத் துவங்கினார்கள். ஆனால் அவர்களின் மனம் எப்படியானது, அவர்கள் ஆண்களில் இருந்து உணர்வுரீதியாய் வேறுபட்டவர்கள் என ஆண்களுக்குப் புரியவில்லை. ஏனென்றால் இத்தனை நூற்றாண்டு களாய்ப் பெண்களை அறியும் வாய்ப்புகள் அவர்களுக்கு வழங்கப்படவில்லை. 2012ல் தில்லியில் நிர்பயா என்ற இளம்பெண் கூட்டுப் பலாத்காரம் செய்யப்பட்ட சம்பவம், இந்த ஆண் குரோதத்தின், அறிவீனத்தின் உச்சம். இதை ஒரு கசப்பேறிய, கண்மூடித்தமான இச்சையின் வெளிப்பாடு என்றும் பார்க்கலாம். பெண்களை எப்படி அணுகுவது என்றே அறியாத ஆண்கள், அதனால் ஏமாற்ற மடைந்து, மனம் திரிந்து, பெண்களைத் துன்புறுத்துபவர் களாக மாறினார்கள். இந்த ஆண் தரப்பினரின் காதலை நல்லவிதமாய்க் காட்ட முயலும் படம் வந்தது. தனுஷ் நடித்த 'ராஞ்சனா'. இப்படத்தில் தன்னை புரியவோ ஏற்கவோ செய்யாத ஒரு பெண்ணுக்காய் கதாநாயகன் அலைந்து திரிந்து மன்றாடுவான். தியாகங்கள் செய்வான். சிறுகச் சிறுகத் தன்னை அழித்துக் கொள்வான். அப்பெண் ஒரு வில்லியாகவே இறுதியில் காட்டப்படுவாள். Stalkingஐ (பெண்களின் பின்னால் நடந்து தொந்தரவு

செய்யும் குற்றம்) இப்படம் கொண்டாடுகிறது எனப் பெண்ணியவாதிகள் விமர்சித்தார்கள்.

எழுபது, எண்பதுகள் வரை பாலியல் கருவியாக மட்டுமே பார்க்கப்பட்ட பெண்ணுடல் தொண்ணூறுகளுக்குப் பிறகு சமூக, அரசியல் தளங்களில் வைத்துப் பேசப் பட்டது. நம் அரசியல், சாதி, மதம், பண்பாடு, கல்வி, வேலையிடங்கள் என ஒவ்வொன்றுமே சுதந்திரம் பெற்ற பெண்ணுடலை முன்வைத்து மீளுருவாக்கம் செய்யப்படத் தேவையிருந்தது. மீண்டும் சினிமாவையே நாம் எடுத்துக் கொண்டால், இரண்டாயிரத்துக்கு முன்பு வரை சாதியும் மதமும் காதலுக்கு ஏற்படுத்தும் இடர்களைப் பற்றித் தமிழ்ப் படங்கள் பேசின. ஆனால் இரண்டாயிரத்துக்குப் பிறகு கிட்டத்தட்ட எல்லாப் படங்களுமே காதல் ஏற்படுத்தும் சமூக பிரச்சினைகளைப் பேசின. முழுக்க காதலைப் பற்றிச் சிலாகித்துப் பேசின படங்கள் இக்கால கட்டத்தில் மிக மிகக் குறைவு. ஏனென்றால் சமூகத்துக்குக் காதல் ஒரு பெரும் 'தொந்தரவாக' மாறியது.

அதேபோல, பெண்களைக் கடுமையாய்ப் பழிக்கும் படங்கள் இக்கட்டத்தில் தோன்றின. ஏனென்றால் ஆண் சமூகம் தன்னைச் சமமாக பாவிக்கக் கோரும் பெண்கள் ஏற்படுத்திய 'இடர்களை', தம் ஈகோவை இவர்கள் தொடர்ந்து புண்படுத்தியதைத் தாங்க முடியாது துடித்தது. ஒரு பக்கம் காதலைக் கொண்டாடிக் கொண்டே இன்னொரு பக்கம் காதலைக் கடுமையாய் வெறுத்து ஒதுக்கும் முரண் மனநிலையும் தோன்றியது. காதல் பாடல்களைவிடக் காதலைத் தூற்றும் பாடல்கள் பிரபலம் ஆயின. இந்த மனநிலையைச் சுவாரஸ்யமாய்ச் சித்தரித்த 'காதலில் சொதப்புவது எப்படி?' வெகுவாக ரசிக்கப்பட்டது.

இறுதியாய், காதலைப் பொறுத்து நாம் இன்று வந்து நிற்கும் இடம் என்ன? காதலை நாம் இன்று ஒரு வீடியோ கேம் போல் பார்க்கத் துவங்கி விட்டோம். (மணிரத்னம் இதைச் சுட்டும் விதமாய்த் தன் 'ஓ காதல் கண்மணி' படத்தில் நாயகனை ஒரு வீடியோ gamer ஆகச் சித்தரித்தார்.) இன்று காதலை அதிகம் சீரியஸாக எடுத்துக் கொள்ளக் கூடாது எனும் மனநிலையில் இருக்கிறோம். இரண்டு சம்பவங்களை உதாரணமாய்த் தருகிறேன்.

வேலையிடத்தில் லிஃப்டில் போய்க் கொண்டிருக்கும் போது ஒரு பெண் தன் நண்பரிடம் மற்றொரு பெண்ணைக் கடுமையாய்த் தூற்றிக் கொண்டு வருவதைக் கவனித்தேன். என்ன பிரச்சினை என விசாரித்தேன். தூற்றப்படும் பெண் ஓர் அலுவலகத்தில் ஒரு பையனைக் காதலிக்கிறார். அதற்கு என்ன? அப்பையனுக்கு வேறு ஒரு காதலி இருக்கிறாள். பையன் என்ன ரெட்டை வால் குருவியா? அவள் சொன்னாள், 'அது கூடப் பரவாயில்லீங்க. அந்த பொண்ணுக்கும் இன்னொரு லவ்வர் இருக்கு. ரெண்டு பேரும் சின்ஸியரா லவ் பண்றாங்க. அந்த லவ்வரை எனக்கு நன்றாகத் தெரியும். நல்ல பையன். இந்த பொண்ணுக்கு இப்போ ஆஃபீசில் இப்படி ஓர் எக்ஸ்டிரா லவ் தேவையா சொல்லுங்க?' நான் நிஜமாகவே குழம்பிப் போனேன். பையனுக்கும் பெண்ணுக்கும் அலுவலகத்துக்கு வெளியேயும் உள்ளேயும் தனித்தனிக் காதலர் இருக்கிறார். எல்லாக் காலத்திலும் இதுபோன்று பிறழ் உறவுகள் இருக்கும். ஆனால் ஒரே வித்தியாசம் இன்று பிறழ்வுகள் கூட சீரியஸாக இல்லை. இந்தக் கூடுதல் காதல் தோன்றக் காரணமே முதல் காதலர் வேறு நிறுவனத்துக்கு வேலை வாங்கிச் சென்றதுதான். அலுவலகத்தில் போரடிக்க இங்கு ஜாலிக்கு ஓர் உபரிக் காதலை உருவாக்கிக் கொண்டார்கள். ஆனாலும் இருவரும் இது விளையாட்டுக்குத்தான், உண்மையான காதல் ஏற்கெனவே தமக்கு அலுவலகத்துக்கு வெளியே உள்ளதுதான் என்பதில் தெளிவாக இருக்கிறார்கள். அவ்வப்போது விளையாடி முடிக்கவேண்டிய ஒரு மொபைல் ஃபோன் விளையாட்டாக நாம் காதலை மாற்றி விட்டோம். காதலும் கடந்து போகும் என்பதுதான் இத்தலைமுறையின் டேக் லைன்.

அடுத்து, காதல் என்பது ஆண் - பெண்ணுக்கு இடையிலானது மட்டுமே எனும் இறுக்கமான எண்ணம் இன்று நெகிழ்ந்து வருகிறது. லெஸ்பியன் காதலர்களை இன்று வெளிப் படையாகப் பார்க்க முடிகிறது. பொதுவெளியில் காதலியின் இடுப்பைத் தழுவிக் கூந்தலை வருடி விடுகிறார்கள். கொஞ்சிக்கொண்டே இருக்கிறார்கள். ஆனால் தம் மாற்றுப் பாலுறவை வெளிப்படையாய் ஏற்கும் துணிச்சல் இன்னும் இவர்களுக்கு வரவில்லை. அதனால் பெயருக்கு ஓர் ஆண் காதலனை வைத்துக் கொள்கிறார்கள். ஆனால் இப்பெண்கள் காதலனிடம் இருப்பதைவிடத் தம் காதலியின்

அருகில்தான் உற்சாகமாய், மலர்ச்சியாய், இயல்பாய் இருக்கிறார்கள். தமிழ் சினிமா முழுக்க ஆண்வயமானது என்பதால் இவர்களின் காதல் பேசப்படவில்லை. ஆனால் ஆண்களுக்கு இடையிலான காதல் போன்ற நெருக்கத்தை (bromance) கதிர், ராஜேஷ், வெங்கட் பிரபு போன்றவர்கள் சித்தரித்து வெற்றி கண்டிருக்கிறார்கள்.

காதலைப் பொருத்தமட்டில் நாம் மெல்ல மெல்ல அனைத்து இறுக்கங்களைத் தளர்த்தி ஒரு கொண்டாட்ட நிலைக்கு நகர்ந்து வருகிறோம். அதேநேரம் முன்பிருந்தைவிட அரசியல், சமூகத் தளங்களில் கடும் நெருக்கடியைக் காதல் சந்திக்கிறது. இந்த முரண்தான் இன்றையக் காதல்.

கவர்ச்சியற்ற நாயகிகளும் செக்ஸியான நாயகர்களும்

•••

பெண்களை செக்ஸியாகக் காட்டுவதற்கு ஆரம்பத்தில் தமிழ் சினிமா வெகுவாக மெனக்கெட்டிருக்கிறது. ஐம்பது களின் கறுப்பு வெள்ளைப் படங்கள்கூட விதிவிலக்கு அல்ல. தொண்ணூறுகள் வரை தமிழகம் ஆடையைப் பொருத்தமட்டில் கட்டுப்பெட்டியாகவே இருந்தது. எண்பதுகளில் ஈரத்தில் ஒட்டின ஆடையுடன் மழைநடனம் இன்றைய டாஸ்மாக் பாடல் போல அத்தியாவசிய அங்கமாய் இருந்தது. தொண்ணூறுகளில் பெண் தொப்புள் மீது அசட்டுக் காதல் ஒளிப்பதிவாளர்களுக்கு இருந்தது. பெரிய திரையில் நாயகியின் தொப்புள் சில நொடிகள் குளோசப்பாய் வருகையில் எப்படி இருக்கும் என நினைத்தால் இன்று குமட்டல் எடுக்கிறது. இன்று தொப்புள் அவ்வளவு சாதாரணமாகி விட்டது. இன்று நாயகியைக் கவர்ச்சியாய்க் காட்டுவது இயக்குநர்களுக்கு ஆகப்பெரிய சாகசம்தான். அதைவிட நாயகனை செக்ஸியாய்க் காட்டலாம் என அவர்களுக்குப் படுகிறது. குறைவான ஆடையில் வரும் நாயகிகள் இன்று செக்ஸியாய் இல்லை. நம் நாயகிகளைவிட அதிக வெளிப் படையாய் ஆடையணிந்த பெண்களை சென்னையின் மேற்தட்டினர் கூடும் இடங்களில் சாதாரணமாய்ப் பார்க்க முடிகிறது. தொண்ணூறுகளில் குலுக்கு நடனமாடத் தேவையிருந்த பெண்கள் இன்று அருவருப்பான நடன அசைவுகளை அவ்வப்போது செய்கிற நடனக் கலைஞர்களாய் அருகி இருக்கிறார்கள்.

பெண்கள் மீது கடுமையான ஆடை ஒழுக்கக் கட்டுப்பாடு இருந்த காலத்தில் பெண் உடல் மிகவும் செக்ஸியானதாய்த் தமிழர்களுக்குத் தோன்றியது. ஆடைக் கட்டுப்பாடு தளர்ந்து வருகிற இந்தக் காலத்தில் பெண் உடல் மீதான இயக்குநர்கள் மற்றும் பார்வையாளர்களின் மோகம் வெகுவாய்க் குறைந்து வருகிறது. 'புலி'யில் ஸ்ருதிஹாசன் போல் இன்று நாயகிகள் செக்ஸியாகத் தோன்ற மிகவும் அருவருப்பான ஆடைகள் மற்றும் அசைவுகளை மேற்கொள்ள வேண்டி உள்ளது.

ஒரு சமூகம் கடுமையான சாதிய, நிலப்பிரபுத்துவ விழுமியங்களுடன் இருப்பதற்கும் பெண்ணுடலை செக்ஸியாய்ப் பார்ப்பதற்கும் ஒரு தொடர்பு உள்ளது எனலாம். எம்.ஜி.ஆர் தன் நாயகிகளைத் தயக்கமின்றி எதிர்கொள்வது போல், அவருக்குப்பின் வந்த கமல் சதா மூடில் இருப்பது போன்று பெண்களைக் குறுகுறுவென பார்ப்பது போல், இன்றுள்ள நாயகர்கள் செய்வதில்லை. பெண்ணைத் தொடுவதாய் நடிப்பதில் இன்றுள்ள நாயகனுக்கு ஒரு விநோதமான தயக்கம் உள்ளது. தயக்கம் நடிகனுக்கு இல்லை. ஆனால் அந்த பாத்திரத்துக்கு உள்ளது. இரண்டாயிரத்துக்குப் பிறகு ஒரு தலைமுறை திறந்தநிலைப் பாலியல் நோக்கி நகர்ந்துபோது சினிமாவில் பாலியல் உயிரற்றதாய் மாறியது ஒரு சுவாரஸ்யமான முரண்நகை. இது ஏன்?

இதற்கான பதில் பெண்ணுடல் இதுவரை யாருடைய உடைமையாகப் பார்க்கப்பட்டது என்பதில் உள்ளது. பெண்கள் என்றுமே நம் சமூகத்தில் ஆண்களின் ஆளுகைக்கு உட்பட்டு இருந்தாலும் தொண்ணூறுகள் வரை பெண் உடல் மீதான கவனமும் பதற்றமும் ஆண்களுக்குக் குறைவாகவே இருந்தது. முன்பு பெண் உடலை விரும்பி அடைய வேண்டிய 'பொருளாய்' ஆண்கள் பார்த்திருக் கலாம். ஆனால் இன்று விருப்பத்தைக் கடந்து கண்காணிக்க வும் கட்டுப்படுத்தவும் வேண்டிய ஓர் உடைமையாகப் பெண் உடல் மாறி உள்ளது. ஒரு பக்கம் பெண்கள் தங்கள் தோற்றம் மற்றும் உறவுநிலைகள் பற்றிச் சுயமாய் முடிவெடுக்கும் நிலையை அடைந்து வருகிறார்கள். இன்னொரு பக்கம் அவர்கள் உடல் எப்படித் தோற்ற மளிக்கலாம், பாலியல் உறவுகள் எந்த எல்லைக்கு

உட்படலாம் என்பது பற்றி ஆண்கள் மிகுந்த பதற்றம் கொள்கிறார்கள். பெண்ணைக் கட்டுப்படுத்தும் இச்சை அதிகமாக அவளை 'அடையும்' இச்சை அவனுக்கு வெகுவாகக் குறைகிறது.

இரண்டாயிரத்தின் பிற்பகுதியில் வந்த படங்களை எடுத்துக்கொண்டால் பெண்கள் அதிக 'கண்ணியத்துடன்' ஆடை அணிவதைப் பார்க்கலாம். பாலாவின் 'சேது'வுடன் ஒரு மாற்று வணிக சினிமா மரபு இங்கு தோன்றுகிறது. பாலாவின் வரிசையில் செல்வராகவன், அமீர், பாலாஜி சக்திவேல், வசந்தபாலன், மிஷ்கின், ராம் போன்ற முக்கியமான இயக்குநர்கள் தோன்றினார்கள். இவர்களது காதல் படங்கள் பெண்ணுடலை செக்ஸைத் தவிர்த்து அதை உடைமையாகப் பார்க்கும்போது சமூக அதிகாரம் என்னவாகிறது என்பதை அலசின. 'காதல்' ஒரு மிகச்சிறந்த உதாரணம். சாதி மோதல்களின் மையமாய் மேல்சாதிப் பெண்ணின் உடல் விளங்கும்போது அதன் விளைவுகள் என்ன என்பதை இப்படம் பேசியது. ஒரு காட்சியில் கூட அப்பெண்ணைக் கவர்ச்சியாய்க் காட்டாமல் தவிர்த்து உடலை உடல்தவிர்த்த ஒரு விவாதமாய் ஆக்கியது. தொண்ணூறுகளிலும் சாதி மீறும் காதல் பற்றின படங்கள் வந்தன. ஆனால் அவை காதல் எப்படிச் சாதிப் பிரிவினைக்குத் தீர்வாக அமையும் எனும் லட்சியவாதம் பேசின. ஆனால் 'காதல்' மற்றும் அதைத் தொடர்ந்து வந்த 'பருத்தி வீரன்' போன்ற படங்கள் தாழ்த்தப்பட்ட ஆண், மேல்சாதிப் பெண் உடலை அடையாமல் தூய்மை காப்பதுதான், பிரச்சினைக்குத் தீர்வு காணப் பிரதான நிபந்தனையாய்க் கருதின. இக்கட்டத்தில் நம் சமூகத்தின் ஒரு பிரதான அக்கறையாய் சாதி அதிகாரத்துக்கு உட்படும் பெண் உடல் இருந்திருக்க வேண்டும். அதைத்தான் இந்த இயக்குநர்கள் முன்வைத்து விவாதிக்க முயன்றார்கள்.

இவர்களில் செல்வராகவன் மிகவும் மூர்க்கமான காம ஏக்கத்தைச் சித்தரிக்க முயன்றார். ஆனால் இது எம்.ஜி.ஆர் காட்டிய இச்சை அல்ல. நிராகரிக்கப்பட்ட காமத்தின் ஏக்கம் இது. தொடர்ந்து காமத்தை வெளிப்படையாய் ஆவேசமாய் பேசினாலும் ஓர் எம்.ஜி.ஆர் டூயட் அளவுக்குக்கூடத் தயக்கமற்ற ஆண் பெண் உறவு செல்வராகவன் படங்களில் இருக்காது. அவரது நாயகர்களின் பிரதான குணாதிசியமே

எம்.ஜி.ஆர் போல் இருக்க முடியாததுதான். பாலா, அமீர், பாலாஜி சக்திவேல் போல் செல்வராகவனுக்குப் பாலியல் ஒழுக்கத்தின் அரசியலில் ஆர்வமில்லை. அவர் ஒழுக்கமீறல் காரணமாய்ச் சமூக விலக்கம் செய்யப்படும் ஆணின் நிறைவேறாத இச்சையைப் பேசினார். ஒருபுறம் நாயகியைத் தூய்மையான தேவதையாய்க் காட்டிவிட்டு, இன்னொரு புறம் குலுக்கு நடிகைகளைப் பாடல்களில் அருவருப்பாய் ஆட விடுவது, நாயகியை நாயகன் இச்சையுடன் கனவு காணும், கற்பனையில் ஏங்கும் காட்சிகளைத் தீவிரமாய்ச் சித்தரிப்பதன் மூலம் காமத்தை வெளிப்படையாய்ப் பேசும் இயக்குநராய் அவர் தோன்றினார். அப்படித் தோன்றினாரே ஒழிய அவர் படங்கள் காமத்தைக் கண்டு அஞ்சி ஓடும் ஆண்களைப் பற்றினதே.

வசந்தபாலன் படங்களில் பெண்கள் 'ஆண் தன்மை' மிக்கவர்களாய் இருப்பார்கள். ஆண் பெண்மையாய், மென்மையாய், சமூக அச்சம் மிக்கவனாய் இருப்பான். செல்வராகவனின் ஆண் சமூக விலக்கம் காரணமாய்ப் பெண்ணை அடைய முடியாதவன். செல்வராகவனின் ஆண் அதிகாரம் மிக்க பிற ஆண்களால் அச்சுறுத்தப் படுபவன். இந்த அச்சம் அவனை 'ஆண்மை' இழக்கச் செய்கிறது. அவன் தன் நாயகியைத் துணிச்சலாய் அடைய இயலாமல் இழக்கிறான். அதாவது ஆண்மைய அதிகாரத்தால் ஒடுக்கப்படுவதால் அவன் பெண்ணை அடைய முடியாமல் போகிறது. அதற்கு முதல்காரணம் அவனால் பெண் முன்பு தன் ஆண்மையை நிறுவ முடியாமல் போவது. உதாரணமாய் 'வெயில்' படத்தில் நாயகன் திரையரங்க அறையொன்றில் தன் காதலியுடன் கூடும்போது தீ விபத்து ஏற்பட்டு அது தடைபடுகிறது. 'அங்காடித் தெரு'வில் தன் காதலியின் மார்பைக் கசக்கும் சூப்பர்வைசரை எதிர்க்க முடியாதவனாய், தொடர்ந்து அப்பெண்ணின் கட்டுப்பாடு களுக்கு அடங்கிப் போகிறவனாய் கதாநாயகன் இருக்கிறான். கடுமையாய்ப் போராடி அவளுடன் குடும்பம் நடத்தும் வேளையில் ஒரு நடைபாதை விபத்தில் அவள் தன் கால்களை இழக்கிறாள். பழைய படங்களில் இதுபோல் விபத்தில் ஊனமுறும் நாயகனை நாயகி தியாக உணர்வுடன் ஏற்பாள். இப்படத்தில் அவ்வாறாகும் நாயகியை நாயகன் ஏற்கிறான்.

மிஷ்கினின் படங்களில் சமூகம் ஏற்காத உடல் இச்சைகளைக் கொண்டவர்களின் இருண்ட உலகம் வருகிறது. 'சித்திரம் பேசுதடி'யில் நாயகியின் அப்பாவும், 'அஞ்சாதே'வில் வில்லனும் அப்படியான இச்சை கொண்டவர்கள். இந்த மறுக்கப்பட்ட இச்சையைத் தீமையின் வடிவமாய் மிஷ்கின் மாற்றுகிறார். நன்மைக்கும், அன்புக்கும் பாற்பட்டு இயங்கும் நாயகன் இந்தத் தீமையின் தீவிரத்துடன் மோதி வெல்ல முடியாது தத்தளிப்பதே அவர் படங்களின் மையம். காமப் பிறழ்வை ஓர் அறச்சிக்கலாய் வளர்த்தெடுக்கும் மிஷ்கின் தன் நாயகிகளை செக்ஸியாய்க் காட்டுவதில்லை. அப்படி செக்ஸியாய் பெண்ணுடலைக் காட்ட அவர் முன்பு தனியாய் குத்துப்பாடல்கள் வைத்திருந்தார். 'வாளை மீனுக்கும்' போல அவை மிகவும் பிரபலமடைந்தன. ஆனால் இந்தக் குத்துப்பாடலில் வருவது போல் பெண்ணுடலை இயல்பாய்த் தயக்கமின்றி சிக்கலின்றி முழுதாய் ஏற்க முடியவில்லை என்பதுதான் அவர் படத்தின் ஆண்களின் சிக்கல். குத்துப்பாடலில் பெண்ணுடலை மீனைப் போல் ருசிக்கும் அவரது ஆண்கள் மிச்சப் படம் முழுக்கத் தொண்டையில் மாட்டிய முள் போல் பெண்ணுடலைக் கருதுவார்கள்.

கடந்த பத்து வருடங்களில் வெளிவந்த தமிழ்ப்படங்களை இந்தி, மலையாளம், தெலுங்குப் படங்களுடன் ஒப்பிட்டால் தமிழ் சினிமா பெண் உடல் மீதான ஆரோக்கியமான இச்சையைச் சித்தரிக்கவில்லை எனலாம். பெண்ணுடலின் பல சிக்கல்களைத்தான் பேசியிருக்கிறது. குறிப்பாய்த் தெலுங்கு சினிமா பெண்ணுடலைச் சித்தரிப்பதில் ஒரு பட்டவர்த்தமான இச்சை வெளிப்படுகிறது. நாம் ஒரு வாழைப்பழத்தை எடுத்து நாலாப்பக்கமும் உரித்துக் கடிப்பது போல் இருக்கிறது தெலுங்கு நாயகர்கள் ஒரு நாயகியை அள்ளிக் கொள்வதைப் பார்த்தால். இது வக்கிரமானதா இல்லையா என்பது ஒரு முக்கியமான கேள்வி. தமிழ் சினிமாவில் பெண்களை இவ்வளவு தயக்கத்துடனும் அச்சத்துடனும் நாம் எதிர்கொள்வதை விட தெலுங்கு சினிமா செய்வது குறைவான வக்கிரம் என்பது என் நிலைப்பாடு. அவர்களுக்குப் பெண் உடல் இன்றும் காமத்திற்கான களமாக உள்ளது; நமக்கு அது (கற்பு, சாதி போன்று) அதிகார அரசியலை விவாதிக்கும் இடம் மட்டுமே. இதற்கு ஒரு முக்கியக் காரணம் ஆந்திரா

இன்றும் இறுக்கமான ஒரு நிலப்பிரபுத்துவ, சாதியக் கட்டமைப்புக் கொண்ட மாநிலமாய் இருப்பது. தமிழகம் ஆந்திராவைவிடச் சற்று அதிகமாய் நவீனப்பட்ட மாநிலம். இங்கு சாதி மீறலும் சாதிய ஒடுக்குமுறையும் ஒரே சமயம் நிகழ்கின்றன.

21 Female Kottayam, Trivandrum Lodge போன்ற மலையாளப் படங்களில் பாலியல் ஒருபுறமும் ஆண்களின் தடையற்ற இச்சை இன்னொரு புறமும் பேசப்படுகின்றன. தொண்ணூறுகள் வரை முழுக்க சமூகப் பிரச்சினை, அரசியல், உளவியல், அறம், குடும்பச் சிக்கல்கள் ஆகியவற்றைப் பேசின படங்கள் தான் அங்கும் அதிகம் வெளிவந்தன. ஒருபக்கம் ஷீலாவும் தோழிகளும் ஆட்சி செய்தாலும் அவர்களின் நிழல்படாதபடித்தான் தொண்ணூறுகளில் படங்கள் வந்தன. மலையாள சினிமாவில் எப்போதுமே பெண்களைப் பற்றி சதா இச்சையுடன் பேசும், ஜொள்ளு வடிக்கும் நாயகர்கள் இருப்பார்கள். ஆனால் (ஐ.வி சசி போன்றோரின் படங்கள் தவிர்த்து) பொதுவாய் செக்ஸ் இச்சை வெளிப்படையாய் இருக்காது. இன்று ஷீலா படங்களின் அலை வடிந்தபின் ஆரோக்கியமான காமத்தை நேரடியாய்ப் பேசும் படங்கள் அங்கு வருகின்றன. காமம் ஊறும் பெண்ணாகவே தொடர்ந்து திரையில் தோன்றும் ரீமா கல்லிங்கல் போன்ற ஒரு நாயகியை நீங்கள் எண்பது மற்றும் தொண்ணூறுகளின் மலையாள சினிமாவில் கற்பனை செய்ய இயலாது. ஆந்திராவைப் போன்றே கேரளாவும் சாதிய அமைப்பை நேரடியாய் விமர்சனத்துக்கு உட்படுத்தாது போகிற போக்கில் ஏற்றுக் கொண்ட ஒரு சமூகம். அங்கும் நவீனமும் சாதிய மரபுவாதமும் சுலபத்தில் கைகோர்க் கின்றன. தமிழர்களைப் போல் சாதியத்தை ஏற்றுக் கொண்டே சாதிய அதிகாரத்தை அவ்வப்போது எதிர்க்கிற போக்கு மலையாளிகளிடத்து இல்லை. அவர்களுக்கு நமது உளவியல் முரண்பாட்டுச் சிக்கல்கள் இல்லை. சாதியை முழுக்க ஏற்கிறவர்களுக்கு பெண்ணுடலை முழுக்க ஏற்பதும் சுலபமாய் இருக்கிறது. ஆனால் சாதியைக் கடந்து போக முயன்று தத்தளிக்கும் ஒருவருக்குப் பெண்ணுடலுடன் சுதந்திரமாய் இச்சை கொள்வது சுலபம் இல்லை. இந்த மனநிலையைத்தான் காமமற்ற பெண்ணுடல் மூலம் தமிழ் சினிமா இன்று பேச முயல்கிறது எனலாம்.

இறுதியாய் ஒரு கேள்வி. இதுவரை சினிமாவில் ஆண்கள் சித்தரித்த பெண்ணுடலைப் பற்றி பேசினோம். சினிமாவில் பெண் இயக்குநர்கள் சித்தரித்த பெண்ணுடல் எப்படி உள்ளது? தமிழையும் மலையாளத்தையும் எடுத்துக் கொண்டு ஒரு சின்ன ஆராய்ச்சி செய்வோம். தொண்ணூறு களின் துவக்கத்தில் வெளியான 'இந்திரா' சுஹாசினி இயக்கிய ஒரே படம். இதில் அனு ஹாசன் பாத்திரம் சித்தரிக்கப்பட்ட விதம் நாயகனான அரவிந்த் சாமியின் பாத்திரத்துக்கு நேர்மாறாக இருக்கும். அனு ஹாசனுக்கு ரொமான்டிக்கான, அழகான, உணர்ச்சிகரமான விசயங் களுக்கு நேரமே இருக்காது. சதா முகவாயைத் தூக்கியபடி முறைத்துக்கொண்டு சீரியசான சீர்திருத்தங்கள் செய்து கொண்டிருப்பார். ஒளிப்பதிவின் சட்டகங்களில் அனு ஹாசனை நளினமாய், அழகாய்க் காட்டும் முனைப்பு இருக்காது. ஆனால் அரவிந்த் சாமி காட்சிக்குக் காட்சி ஒரு கதாநாயகி போன்றே தோன்றுவார். தொண்ணூறுகளின் நாயகிகளைப் போன்று ஊர் வம்பில் ஈடுபடுவது, விளையாட்டுத்தனமாய்த் துடுக்காய் வேடிக்கையாய் எதையாவது பேசிக்கொண்டும் செய்துகொண்டும் இருப்பார். அவர் அனு ஹாசனை ஏமாற்றி ஒரு வனப்பகுதிக்கு அழைத்துப் போய்த் தன் காதலை வெளிப்படுத்தும் 'தொடத் தொட மலர்வதென்ன பூவே' எனும் மிகவும் காமரசம் ததும்பும் பாடலிலும் அனு ஹாசன் மிகவும் முறைப்பாய் டூயட் பாடும் விஜயகாந்த் போன்றே இருப்பார். ஆனால் அரவிந்த் சாமி அழகு சொட்ட மலரும் பூ போல காட்டப்பட்டிருப்பார். இந்தப் பாணியை சீரியசாய்ப் படமெடுக்க முயலும் பெண் இயக்குநர்களின் படங்களில் காணலாம். ஆண் கொஞ்சுவதற்கும் ரசிப்பதற்கும் உரிய ஓர் உடைமையாய் வருவான். பெண் அவன் மீது முறைப்பாய் ஆதிக்கம் காட்டுபவளாய் இருப்பாள். பொதுவாய் ஆண்கள் பெண்களைப் பாலியல் கருவியாய் மட்டும் பார்க்கிறார்கள் என்பதுதானே குற்றச்சாட்டு. ஆனால் பெண்கள் படமெடுக்கும்போது ஆண்கள் பாலியல் கருவியாக மாறிப் போகிறார்கள். மணிரத்னத்திடம் உதவி இயக்குநராய்ப் பணி புரிந்த ப்ரியாவின் படமான 'கண்ட நாள் முதல்' மற்றொரு உதாரணம். 'ஒரு பனித்துளி பனித்துளி' நாயகி காதலில் மறுகுவதைக் காட்டும் பாடல். நாயகனைப் பெரிய வேலைகள் இன்றி நிற்க விட்டுவிட்டு நாயகி

அவனைச் சுற்றி பாடுவதும் ஆடுவதுமாய் ஆதிக்கம் செலுத்துவாள். நாயகனான பிரசன்னா அடக்கமும் நாணமுமாய் அவளது பாலியல் ஆதிக்கத்தை ஏற்று நின்றிருப்பான். இதை நாம் 'வசீகரா' பாடலுடன் ஒப்பிடலாம். கௌதம் மேனன் இயக்கிய இப்பாடலும் ஒரு பெண் ஏக்கப் பாடல்தான். ஆனால் நாயகியான ரீமா சென் மீது பார்வையாளனுக்குக் கிளுகிளுப்பு ஏற்படும் படியாய்த்தான் காட்சியமைப்பு இருக்கும். நாயகி ஒரு போகப் பொருளாய் இருப்பாள். இப்பாடலில் ஒரிடத்தில் ரீமா சென் ஐரோப்பாவில் இரவு விடுதிகளில் விலைமாதர் ஆடும் pole dance கூட ஆடுவார். பெண் இயக்குநர்கள் படங்களில் பெண் போகப் பொருள் ஆகாமல், ஆண் அவ்வாறு ஆவது நல்லதுதானே என நீங்கள் கேட்கலாம். ஆனால் ஆண் என்ன பெண் என்ன யார் போகப் பொருளாய்ச் சித்தரிக்கப்பட்டாலும் அங்கு ஆதிக்க அதிகார அரசியல்தானே செயல்படுகிறது!

இந்தப் பாணியின் மிகச்சிறந்த உதாரணம் அஞ்சலி மேனன் இயக்கிய 'பெங்களூர் டேஸ்' எனும் மலையாளப் படம். இப்படத்தில் நஸ்ரியா நஸீம், பார்வதி மேனன், நித்யா மேனன் ஆகிய பிரபல நடிகைகள் இருந்தாலும் ஒவ்வொரு காட்சிச் சட்டகத்திலும் துல்குர் சல்மானும் நிவின் பாலியும்தான் அங்குலம் அங்குலமாய்த் திகட்ட திகட்டக் காட்டப்படுகிறார்கள். படக்கருவி இவர்களை மிக அழகாய்ச் சிலாகிக்கும்படியாய்க் காட்டுவதில் தனிக் கவனம் கொள்கிறது. ஒரு சட்டகத்தில் நஸ்ரியாவும் பகத் ஃபாஸிலும் தோன்றினால் பஹத் பாஸில்தான் ஜொலிக்கிறார். அதேபோல் பார்வதி மேனனைவிட துல்குரைத்தான் ஒளிப்பதிவு கொஞ்சி சீராட்டுகிறது. அது மட்டுமல்ல, இப்படத்தின் நாயகிகள் ஏதோ ஒரு வகையில் குறைபட்டவர்களாய், பெண்மை குறைந்தவர்களாய், சிதைந்தவர்களாய் இருக்கிறார்கள். நிவின் பாலி விமானப் பணிப்பெண்ணான இஷா தல்வாரைக் காதலிக்கிறார். இஷாவுக்கு ஏற்கெனவே பவுன்சர் போல ஒரு காதலன் உண்டு. ஆனாலும் அவர் நிவின் பாலியை மோகிக்கிறார். நிவின் பாலி அவரைக் கண்டு காதலைச் சொல்லத் தயங்கி வெட்கி மருக அவர் வெளிப்படையாய் நிவினிடம் 'நீ ஒரு கியூட் குட்டன்' என வழிகிறார். வழக்கமான நாயக மையப் படங்களில் ஆண் பெண்ணை விரட்டி அடைய

முயல்வான் என்றால் இதுபோன்ற படங்களில் பெண் ஆணை மூர்க்கமாய் விரட்டுவாள். நிவினை தன் வீட்டிற்கு அழைத்து உறவு கொள்கிறார் இஷா. அப்போது அவரது காதலன் வந்து தகராறு பண்ண வாசலில் வைத்தே இஷா தன்னை மறந்து நீண்ட நேரம் அவனை முத்தமிட்டு நிற்கிறார். இதைக் கண்டு அதிர்ச்சியாகும் நிவின் காதல் முறிந்து மனம் கசக்கிறார். இந்தக் காதல் முறிவு படத்தில் ஒரு நகைச்சுவை அம்சம் ஆகிறது.

இஷா தல்வார்தான் பாலியல் சுதந்திரத்தால் ஆண் தன்மை கொண்டவராய்த் தோன்றினால் நஸ்ரியாவின் நிலை வேறு. துல்குரும் நிவினும் அவளது சித்தப்பா பெரியப்பா பையன்கள். மூவரும் நண்பர்களாய்ப் பழகுகிறார்கள். அடிக்கடி அணைத்துக் கொள்கிறார்கள். சதா கையைக் கோர்க்கிறார்கள். ஒரே படுக்கையில் கல்மிஷமின்றித் தூங்குகிறார்கள். நஸ்ரியாவின் திருமணத்தின்போது அவள் மேக்கப் போடும் அறையில் இருவரும் கூட இருந்து அவளைக் கலாய்க்கிறார்கள். இக்காட்சிகளில் நஸ்ரியா பெண்மையயற்ற ஒரு பெண்ணாய்த் தோன்றுகிறார். படத்தில் எங்குமே அவரது பெண்மையை முன்னிறுத்த இயக்குநர் முயல்வதில்லை. இஷாவுக்குக் கட்டற்ற பாலியல் என்றால் நஸ்ரியாவுக்கு பாலியலற்ற ஆண் நட்பு.

மூன்றாவதாய், பார்வதி கால் ஊனமுற்றவர். சக்கரநாற் காலியில் அவர் அங்குமிங்கும் உருண்டபடித் தோன்றும் காட்சியில் இருந்தே அவர் உடல் கவர்ச்சியற்ற ஆனால் அழகான முகம் கொண்ட வலுவான ஆளுமை கொண்ட பெண் பாத்திரமாய் நிறுவப்படுகிறார். அவளை முதலில் இணையத்தில் பார்க்கும் துல்குர் மோகம் கொள்கிறார். ஆனால் பின்னர் நேரடியாய் அவளைப் பார்க்கையில் அவளது ஊனம் புலப்பட அதன் பின் துல்குர் எப்போதும் அவளை அதிர்ச்சியும் அன்பும் பரிவுமாகவே பார்க்கிறார். காமத்துடன் அல்ல. பார்வதி மேனனின் ஆண் தன்மை அவளது சிதைவுற்ற உடலால் சாத்தியப்படுகிறது. இப்படத்தில் பெண்கள் இப்படிப் பல்வேறு வகைகளில் சிதைவுற்றவர்களாய் இருக்க, ஆண்கள் முழுமை யானவர்களாய், பெண்கள் போகிக்க ஏற்ற உடைமை களாய் ஒளிப்பதிவு மற்றும் காட்சி அமைப்பு மூலம் தோன்றுகிறார்கள்.

ரேவதி இயக்கிய இந்திப் படமான 'பிர் மிலேங்கேவில்' நாயகியான ஷில்பா ஷெட்டிக்கு ஒரு கட்டத்தில் எய்ட்ஸ் தொற்றுகிறது. அழகான வெற்றிகரமான பெண்ணான அவர் உடல்ரீதியாய்ச் சிதைவுறுகிறார். லஷ்மி ராமகிருஷ்ணனின் 'ஆரோஹணம்' திரைப்படமும் உளவியல் நோயான பைபோலார் டிஸ் ஆர்டர் கொண்ட ஒரு மத்திய வர்க்க பெண்ணின் கதையைத்தான் சொல்கிறது.

பெண் இயக்குநர்கள் தம் பெண் பாத்திரங்களின் வாழ்க்கைப் போராட்டத்தை சித்திரிக்கும் முன் அவர்களை உடல் குறை கொண்டவர்களாய்/மனரீதியாய்ச் சிதைந்தவர் களாய் முன்வைக்கிறார்கள். ஒருபுறம் பெண்ணின் வாழ்க்கைச் சிக்கல்களைச் சுதந்திரமாய்ப் பேசுவதற்கும் ஆண் மீதான இச்சையை வெளிப்படையாய்ப் பேசுவதற்கும் இப்பெண் இயக்குநர்களுக்கு இச்சிதைவு பயன்படுகிறது. 'முழுமையான' ஒரு பெண்ணால் குடும்ப அமைப்பின் எதிர்பார்ப்பில் இருந்து வெளிவர முடியாது. அதேபோல ஆணின் உடைமையாய் இருந்து ஆணால் போகிக்கப் படுபவர்களாய் தாம் மாறுவதில் இருந்தும் அவர்களால் தப்பிக்க முடியாது. இரண்டுக்கும் ஒரே தீர்வு பெண் பாத்திரத்தை பெண்மை குறைந்தவர்களாயும், ஆண் பாத்திரத்தை பெண்மை நிறைந்தவர்களாயும் மாற்றுவது. ஆண் இயக்குநர்கள் இதை, பெண் உடலை மையமாக்கி சாதிய அரசியலை விவாதிக்கச் செய்யும்போது, பெண் இயக்குநர்கள் முழுக்க வேறு காரணங்களுக்காய் இதைச் செய்கிறார்கள்.

துரோகமும் தமிழ் சினிமாவும்

•••

எல்லா சினிமாக்களையும் போலத் தமிழ் சினிமாவில் துரோகத்தின் அடிப்படையில் நிறையப் படங்கள் வந்துள்ளன. ஆனால் அரிதாகவே ஆழமாகத் துரோகம் எனும் பிரச்சினையைச் சித்தரிக்கவோ அலசவோ செய்திருக்கிறோம்.

இங்கு எனக்குப் பிடித்த தமிழ் துரோகப் படங்களில் சில.

ரெட்டைவால் குருவி

1987ல் வெளிவந்த பாலுமகேந்திராவின் இந்தப் பிரபலப் படம் தாம்பத்திய துரோகம் பற்றினது. மோகன், ராதிகா, அர்ச்சனா நடித்திருப்பார்கள். நாயகனான கோபி இரு பெண்களை மணமுடித்து இருவரும் ஒரே நேரத்தில் கர்ப்பமாகி ஒரே ஆஸ்பத்திரியில் அவர்கள் பேறுக்கு வரும் போது நேரும் குழப்பமும் நகைச்சுவையும் கதைக்கான ஒற்றைவரி. பாலுமகேந்திரா இங்கு மோகனின் கோபி பாத்திரம் மூலம் பாலியல் அத்துமீறல் ஒரு மனிதனின் தவறா அல்லது அவனால் தவிர்க்க முடியாத இயல்பா என்கிற கேள்வியையும் மிக நுட்பமாக அலசி இருப்பார். அதுதான் இப்படத்தை முக்கியமானது ஆக்குகிறது.

கோபியின் முதல் மனைவி வேலையில் முன்னேறுவதற்கு குழந்தைப் பிறப்பைத் தள்ளிப் போட்டபடி இருக்கிறாள். இதனால் அவனுக்குக் குழந்தை ஏக்கம் அதிகமாக, ஒரு கட்டத்தில் ராதிகாவைச் சந்தித்துக் காதல்கொண்டு அவளை ஏமாற்றி மணந்துகொண்டு கர்ப்பமாக்குகிறான். அப்போது தன் முதல் மனைவியும் கர்ப்பமாக இருப்பது அவனுக்குத் தெரிய வருகிறது. கோபிக்கு அதனால்

ஒழுக்கச்சிக்கலோ குழப்பமோ இல்லை. அவன் இரு மனைவிகளுடனும் இரவு பகல் என மாறி மாறி அவரவருக்குத் தெரியாமல் வசிக்கிறான். இதில் சுவாரஸ்யமான விசயங்கள் இரண்டு. ஒன்று கோபி படம் முழுக்கக் காமத்தில் திளைப்பவனாக இருக்கிறான். சம்போகம் அவனது மன இயல்பின் ஒரு பகுதி. ஒரு காட்சியில்கூட அவன் தன் மனைவிகளுக்குச் சற்று விலகி அமர்ந்து வீட்டுக் காரியங்களை செய்தித் தாள் மேய்ந்தபடி அல்லது ரிமோட்டை அழுத்தியபடி விவாதிப்பதில்லை. சின்ன சந்தர்ப்பம் கிடைத்தாலும் மனைவியை அணைத்து முத்திக்கொண்டே இருக்கிறான். சல்லாபத்திற்காக சதா விண்ணப்பித்து நிராகரிக்கப்பட்டு ஆனால் அதற்குக் கோபப்படாமல் செல்லமாய் முகம் சுளித்துக் கொஞ்சலாய்ப் புகார் சொல்லுகிறான். கோபியின் மொத்த ஆளுமையும் இதை நோக்கித்தான் குவிந்திருக்கிறது. மனைவி கர்ப்பமாகும்போதும் குழந்தை பெற்ற பின்னரும் கூட அவனது காமம் அதே கொதி நிலையில்தான் இருக்கிறது.

முதல் மனைவி கர்ப்பமானபின் இரண்டாமவளை விட்டு விட கோபிக்கு ஆலோசனை தரப்படுகிறது. ஆனால் அவன் இரண்டு மனைவிகளுடம் இரட்டிப்பு மகிழ்ச்சியில் இருப்பதாகவே தெரிகிறது. சொல்லப் போனால் அவன் முதல் மனைவியிடம் அவள் கர்ப்பமானபின் எரிச்சலுடன் நடந்து கொள்கிறான். கட்டற்ற பாலியலை ஏற்கும் இரண்டாம் மனைவியிடம்தான் அவன் அதிக சௌகரிய மாக உணர்கிறான். கோபியின் ஒழுக்கமீறலுக்கு அவனது குழந்தை ஆசைதான் காரணம் என்கிற வெளிப்படையான காரணத்துக்கு முரண்பாடாக அவனது இச்செயல்கள் உள்ளன. படத்தின் இந்த உள்முரண் முக்கியம்.

இறுதியில் உண்மை தெரிய வந்து இரு மனைவிகளும் அவனை விரட்டிய பிறகு, அவன் முதல் மனைவியிடம் மீண்டும் ஒன்றுசேரும் காட்சி வருகிறது. அப்போது உடனே அவளை அணைத்து முத்தமிட்டு சம்போகிக்கத் துவங்குகிறான். கோபியின் காதலில் சொற்களுக்கு இடமே இல்லை.

'ரெட்டைவால் குருவி' பாலியல் துரோகத்தின் காரணம் ஒழுக்கத்தவறு அல்ல என்கிறது. துரோகம் செய்வது கோபியைப் போன்றவர்களின் மன இயல்பு. அவர்களால் வேறெப்படியும் இருக்க முடியாது.

இப்படியான ஆண்கள் பார்க்க அழகாய் இருப்பது மட்டுமல்ல, கொஞ்சம் மக்காகவும் இருப்பார்கள். ரொம்ப விவரமாக சிக்கலாக யோசித்து நியாய அநியாயம் முன்வைக்க மாட்டார்கள். எளிய அழகான ஆண்களைப் பெண்களுக்குப் பிடிக்கும். படம் முழுக்க எதிர்மறையாக யோசிக்கத் தெரியாத இரு பெண்களுக்கு இடையே பேட்மிண்டன் ஆடப்படும் ஆணாக, அதற்குச் சுணங்காதவராக மோகன் நடித்திருப்பார். ராதிகாவின் பாத்திரமும் அதுபோல் மிக வித்தியாசமானது; அவர் அற்புதமாக நடித்திருப்பார். கிருஷ்ண லீலையை நினைவுபடுத்தும்படியாய் கோபி, ராதா பெயரிடல்களும் கவனிக்கத்தக்கது.

மகாநதி

கமல் கதை எழுதி சந்தானபாரதியின் பெயரில் இயக்கிய இப்படம் காலம் கடந்து நிற்கும் தகுதி பெற்ற அவரது ஒரே படைப்பு. ஒரு தனிமனிதனை ஒரு சமூகம் எப்படி ஒட்டுமொத்தமாக வஞ்சிக்கிறது என்பதை, கசப்பையும் வலியையும் மறைக்காமல் ஒரு பிரம்மாண்ட சித்திரமாகத் தந்த படம். நாயகன் கிருஷ்ணசாமி தன் சொத்து, பணம், குடும்பம், சுதந்திரம் இவை அத்தனையையும் வெறுமனே தன் அப்பாவித்தனத்தால் மட்டும் இழப்பதில்லை. ஒரு கட்டத்தில் அத்தனையும் அவன் கைமீறிப் போகிறது. அவனது பெண் விபசாரி ஆக்கப்படுகிறாள். மகன் தெருக்கூத்தாடி ஆகிறான். சிறையில் இருந்து திரும்பின நாயகன் கேட்பது 'நான் என்ன பாவம் செய்தேன்?' என்று. வாழ்வின் தீமை மனசாட்சியற்றவரின் ரூபத்தில் வந்து நம்மைண் சுழற்றி அடிக்கக் கூடியது என அவனுக்குப் புரிகிறது. இங்கு மனசாட்சி, அறம் ஆகியவை கோமாளி யின் உலர்த்தப்படும் ஆடையைப் போலாகின்றன. தன் வாழ்வை மீட்டெடுக்க கிருஷ்ணசாமி மேற்கொள்ளும் முயற்சிகள் நமது அடிப்படை வாழ்வியல் நம்பிக்கைகளை உலுக்க வைப்பவை. குறிப்பாக கொல்கத்தா விபசார வீதியில் அவன் போராடி மகளை மீட்டு வருவது, வந்த பிறகும் அப்பெண் தன்னை யாரோ வன்புணர்வதாக எண்ணி சலிப்பில் 'எத்தனை பேர் தாண்டா வருவீங்க' எனத் துக்கத்தில் பேசுவது ஆகிய காட்சிகள் நம்மால் ஒருக்காலும் மறக்க முடியாதவை.

கமலின் பெண் குழந்தைக்கு காவேரி என்றும், காதலிக்கு யமுனா என்றும் பெயருள்ளது உருவகங்கள்தாம். பாவங் களைக் கரைக்கும் நதியில் பயணித்து மகளை மீட்டுக்குக் கொண்டு வரும் நாயகன் காவேரியாகிய அவளாலும் யமுனாவாலும்தான் தொடர்ந்து வாழ்வதற்கான நோக்கத்தையும் அர்த்தத்தையும் அடைகிறான். நதியில் மூழ்குவது எனும் சடங்கு, ஒரு புறம் நாம் எவ்வளவுதான் துரோகிக்கப்பட்டுச் சீரழிந்தாலும் இந்தப் பூமியில் நமக்கென்று ஓர் அடைக்கலம் எங்காவது இருக்கத்தான் செய்கிறது, எல்லாம் இழந்துவிட்ட பின்னரும் யாரும் எல்லாவற்றையும் இழந்து விடுவதில்லை என்கிறது. இந்தத் தீமையின் காலத்தில் களங்கப்பட்ட கங்கையிலும் காவேரியிலும்தாம் ஒரு நவீன மனிதன் தன் குற்றங்களுக்கு மோட்சம் தேடவேண்டும் என்கிறது 'மகாநதி.' இப்படத்தில் நதி பற்றின காட்சிகள் முக்கியமானவை.

சுப்பிரமணியபுரம்

சுப்பிரமணியபுரத்தைப் போலத் தமிழில் வேறெந்தப் படமும் காதலன் காதலியால் காட்டிக் கொடுக்கப்பட்டு கொல்லப்படுவதை அதற்கான நியாயத்துடன், நம்பத்தகுந்த காரணத்துடன் பேசியதில்லை. அன்பு, விசுவாசம் ஆகியவற்றுக்கு இன்னொரு கூர்முனை உள்ளது - துரோகம். மிக மிக அணுக்கமானவர்கள்தாம் துரோகிக் கிறார்கள். சசிகுமாரின் 'சுந்தரபாண்டியனிலும்' உற்ற நண்பர்கள்தான் நாயகனை வஞ்சித்துக் கொல்ல முயல்கிறார்கள், அதுவும் காரணமற்ற காரணத்துக்காக. அன்பு மிகும்போது அது எளிதில் வெறுப்பாகிறது. அன்பில் துளி விஷம் கலக்க ஒரு சின்ன சந்தர்ப்பம், போதாமை உணர்வு, அச்சம் போதும்.

ஓர் உண்மைக் காதலியால் துரோகம் பண்ண இயலுமா? 'சுப்பிரமணியபுரம்' இதற்கு ஒரு பதில் தருகிறது. பெரும்பாலான பெண்கள் குடும்பம் தரும் ஸ்திரத் தன்மைக்கு முக்கியத்துவம் அளிப்பவர்கள். இப்படத்தின் நாயகி நாயகனை உண்மையாகத்தான் காதலிக்கிறாள். ஆனால் குடும்பத்தின் பாதுகாப்பா காதலனின் உயிரா எனும் தேர்வு வரும்போது அவள் சட்டென்று குடும்பத்தைத் தான் தேர்ந்தெடுக்கிறாள். பெண்களுக்கு உயிரியல்ரீதியாகவே பாதுகாப்பு மிக முக்கியம்.

அத்தருணத்தில் அவளால் அப்படித்தான் செயல்பட முடியும். ஒருவேளை தன் காதலனை மணந்து குடும்பமாகி ஸ்திரப்பட்டபின் இப்படியான சிக்கல் தோன்றியிருந்தால் வேறு முடிவெடுத்திருப்பாள். தன் கண்முன்னர் காதலன் கூட்டமாக வெட்டிக் கொல்லப்படுவதைப் பார்த்து அவள் அரற்றி அழும் காட்சி நம்மை மிகவும் தொந்தரவு செய்யக் கூடியது. வாழ்வின் ஏதோ ஒரு கட்டத்தில் நியாயத்தை மறந்து நடைமுறைத் தேவைக்காக ஒரு முடிவெடுக்க நேர்கிறது. அதுதான் துரோகம் என்கிறது 'சுப்பிரமணிய புரம்.' துரோகிகள் மற்றபடி கெட்டவர்கள் அல்ல. நம்மைப் போல் நல்லவராய் இருப்பதற்காக வசதியான சூழல் அவர்களுக்கு இருப்பதில்லை, அவ்வளவுதான்.

காதல் என்பது தற்காலிகமான மற்றொரு நினைவு மட்டும்தான் எனக் கூறிய 'மூன்றாம் பிறை', காதலின் துரோகத்தைப் பகடி பண்ணுகிற 'அட்டைக்கத்தி', இரண்டையும்கூடக் குறிப்பிடவேண்டும். 'அட்டைக் கத்தி'யில் நாயகனுக்குத் தன் காதலில் தோற்றபின்னரும் சரி, வஞ்சிக்கப்பட்ட பின்னரும் சரி, வருத்தமே வருவதில்லை. தனக்கு வருத்தம் வரவில்லையே என எண்ணி அவன் வருந்திப் புலம்புகிற காட்சிகள் பின்நவீனத்துவப் பண்பு கொண்டவை.

தமிழர்கள் எளிதில் உணர்ச்சிவசப்படுபவர்கள் என்பதால் துரோகத்தை எளிதில் மன்னிப்பதில்லை; அதேவேளை துரோகத்தைக் கண்கொள்ளும் கறாரான அணுகுமுறையும் நம்மிடம் இல்லை. மலையாள ஆளுமையில் சந்தர்ப்ப வாதம் ஒரு முக்கிய பகுதி. ஆக, சதா ஒருவரை ஒருவர் சந்தேகிக்கும், பரஸ்பர துரோகங்களில் திளைக்கும் மலையாளிகளின் படங்களில் துரோகம் உளவியல் பூர்வமாக மிக ஆழமான முறையில் அணுகப்பட்டுள்ளது எதேச்சையானது அல்ல. லோகிததாஸின் 'சக்கரம்', எம்.டி.வாசுதேவன் நாயர் எழுதின 'சுகிர்தம்', 'பரதம்', பத்மராஜனின் 'தேசாடன் கிளி கரயாறில்லா' மற்றும் 'ஓரிடத்து ஒரு பயில்வான்', பிளஸ்ஸியின் 'கல்கத்தா நியூஸ்' போன்ற முக்கிய மலையாளப் படங்களை இங்குக் குறிப்பிடலாம். சிறந்த துரோகப்படங்களை எடுக்கத் தமிழர்கள் ஒருவேளை இன்னும் கொஞ்சம் கெட்டவர் களாக மாற வேண்டுமோ எனப் பாதி வேடிக்கையுடன் கேட்கலாம்.

நண்பேண்டா: இரண்டாயிரத்தின் சினிமா காலகட்டமும் புரோமான்ஸும்

•••

தொண்ணூறுகளில் தமிழ் சினிமா ஒரு மேற்தட்டுப் பெண் மீதான தீராத ஏக்கத்தைச் சித்தரித்து, சமநிலையற்ற காதல் உறவைப் பேசுவதில் மிகுந்த சிரத்தை காட்டியது. பொருளாதார, சாதியக் காரணங்களால் உருவாகும் சமநிலை காதலிலும் இருப்பதால் தமிழ் சினிமாவில் என்றும் சுமூக முடிவுள்ள காதல் படங்கள் பெரிதாய்க் கொண்டாடப்பட்டதில்லை. சராசரி தமிழ்க் காதலனுக்கு காதல் என்றுமே எட்டாக்கனிதான்.

இந்த எதிர்மறைத்தன்மையை ஈடுகட்ட இக்காலகட்ட சினிமாவில் காதல் மிகைப்படுத்தப்பட்டு லட்சிய வடிவில் பேசப்பட்டது. இரண்டாயிரத்தின் தமிழ் சினிமா காதல் மீதான அவநம்பிக்கையை வேறு வடிவில் பேசியது. தாராளவாதம் பொருளாதாரக் கொள்கையளவில் மட்டுமல்லாமல் நம் பண்பாட்டையும் பாதித்தது.

மக்கள் அதிகளவில் நகரங்களுக்குச் செல்வதும், நகர மய விழுமியங்களை ஏற்றுக் கொள்வதும் ஒரு சிறு மாற்றத்தை காதலுறவிலும் ஏற்படுத்தியது. ஆண் பெண் பழகுவதற் கான வெளிகள் பரவலாகின. அரசியல், சமூகம், லட்சியங் கள் என எல்லாத் தளங்களிலும் மக்கள் சுயநலத்தின் நிழலைப் பார்க்கத் தொடங்கினர். எல்லாவற்றிலும் நம்பிக்கை இழக்கத் துவங்கினர். எந்தளவுக்குக் காதலுக்கான சாத்தியங்கள் திறந்து கொண்டனவோ அந்தளவுக்குக் காதல் மீதான நம்பிக்கையும் மூடிக் கொண்டது.

தொண்ணூறுகளின் பிற்பகுதியில் ஆரம்பித்த பிற்போக்குச் சக்திகளின் எழுச்சிக்கும் இந்தக் காதல் அவநம்பிக்கைக்கும் ஒரு மறைமுகத்தொடர்பு உள்ளது. கடந்த பத்தாண்டு களில் இந்தியா முழுவதும் மக்களிடையே கடுமையான சாதி, மத வெறி தூண்டப்பட்டுத் தொடர்ச்சியான மோதல்களும் ஒடுக்குமுறைகளும் நடந்து வந்துள்ளன. காதல் போன்ற நவீன உறவுகளுக்குச் சமூகம் இடம் அதிகம் அளித்ததற்கும், சாதிய அமைப்பில் சிறு நெகிழ்வுகள் நடந்ததற்கும் இந்தப் பிற்போக்குவாதத்தின் எழுச்சிக்கும் ஒரு தொடர்பு உள்ளது. இன்று காதலிப்பது நிறைய அதிகமாகி உள்ளது; அதோடு காதலை ஒரு நடைமுறைச் செயல்பாடாகப் பார்ப்பதும்தான். காதல் இன்று வெறும் ஒரு பரிசீலனை என்ற அளவில் பார்க்கப் படுகிறது. ஒரு நடைமுறைவாதக் காதலின் காலகட்டம் இது. மேலும் காதலின் பொருட்டுப் பெண்கள் மீது மிக அதிகமாக வன்முறை செலுத்தப்படுவதும் இப்போதுதான் நடக்கிறது. யார் வேண்டுமானாலும் யாரையும் காதலிக்கலாம் என்கிற சமூக அனுமதி ஒரு பரவலான அச்சத்தை, பதற்றத்தை மக்களிடையே, குறிப்பாக ஆண் வர்க்கத்தின் மத்தியில் ஏற்படுத்தியுள்ளது. தமிழ் சினிமா இந்தக் காதல் குறித்த அச்சத்தை வேறு விதத்தில் கையாண்டது.

கடந்த பத்தாண்டுகளில் உலகமயமாக்கல் காரணமாக நகரங்களை நோக்கிப் பெயரும் இளைஞர்கள் அறை யெடுத்துக் கூட்டமாக வாழ்வதும் புதிய பொருளாதார வசதி காரணமாகத் தடையற்று வாழ்வை அனுபவிப்பதும் அதிகமாகியது. டாஸ்மாக் கடைகளின் பரவலும் இந்த இளைஞர்களுக்கு ஒரு தோதான சந்திப்பு இடத்தை, வெளிப்பாட்டு வெளியை உருவாக்கிக் கொடுத்தது. வெளியே போய்க் கொண்டாடுவது என்றால் சினிமாக் கொட்டகை என மட்டும் அறிந்திருந்த தமிழ்ச் சமூகம் இப்போது டாஸ்மாக் பார்களைக் கையில் எடுக்கிறது. டாஸ்மாக் வெளி முழுக்க முழுக்க ஆண்களின் பிராந்தியம் என்பது குறிப்பிடத்தக்கது. ஆண்களின் நட்புப் பரிமாற்றமும், புரோமான்ஸும் கணிசமாகப் பேசப்படுகிற சமகால சினிமாவில் அதற்கான தளமாக டாஸ்மாக் இருப்பது எதேச்சையானது அல்ல.

இன்றைய சினிமாவில் உள்ள மற்றொரு பிரதான பண்பு பெண் வெறுப்பு. பெண் புரிந்துகொள்ளப்பட முடியாதவள், குழப்பமானவள், வாழ்வைச் சிக்கலாக்குபவள், துரோகம் செய்பவள், அடங்காப்பிடாரி, சுருக்கமாக பிரச்சினை களின் துவக்கப்புள்ளி என்பதே சமகால சினிமாவின் அழுத்தமான நம்பிக்கை. தொண்ணூறுகளில் பெண் கிட்டத்தட்ட ஒரு தெய்வமாகக் கருதப்பட்டு, நாயகன் தொடர்ந்து அவள் கடைக்கண் பார்வை வேண்டி அலைகிற ('இதயம்') சித்திரத்துக்கு இது முற்றிலும் மாறானது. அன்றைய காதலன் பெண்ணிடம் காதலைச் சொல்லும் தன்னம்பிக்கை அற்றவனாக வந்தான். இன்றைய காதலன் 'இவளுக இம்சை தாங்க முடியல' என்று திரும்பத் திரும்பக் கூறுகிறான். சமகாலத்தில் வேலை, குடும்பம், மீடியா எனப் பெண்களின் ஆதிக்கமும் தடையற்ற வெளிப்பாடும் ஆண்களின் மனத்தில் உருவாக்கியுள்ள ஒரு கசப்பின் நோய்க்குறியாக இந்தப் போக்கைப் பார்க்கலாம். இன்றைய ஆண் பெண்ணை வெறுக்கிற, ஆனால் தவிர்க்க முடியாது நேசிக்க நேர்கிற ஒருவனாக இருக்கிறான். அதனாலே பெண்ணைத் தட்டையாக வெறும் காமப் பண்டமாகப் பார்ப்பது அவனுக்கு வசதியாக இருக்கிறது.

தமிழில் காதல் சினிமாவின் முற்றுப்புள்ளி என பாலாஜி சக்திவேலின் 'காதல்' திரைப்படத்தைச் சொல்லலாம். நடைமுறைவாதக் காதலை அது மனிதநேயத்தோடு முடிச்சுப் போட்டது. உயர்சாதிப் பெண்ணுடனான காதல் ஏற்படுத்தும் பிரச்சினைகளும், வன்முறையும், அதற்குத் தீர்வு காதல் ஏற்பு அல்ல, மனிதநேயமும் கருணையும்தான் எனும் முடிவு தமிழர்களால் ஒருமித்த மனதுடன் ஏற்றுக் கொள்ளப்பட்டது. வாழ்க்கையில் காதல் ஒன்றும் முக்கியமில்லை என்பதே இப்படத்தின் சாரம். இப்படத் தோடு காதல் காலகட்டம் முடிகிறது.

பிறகு ஆண் நட்புப் படங்களின் ஒரு பெரிய அலை தோன்றுகிறது. இந்த ஆண் நட்புக் காலகட்டம் 'சென்னை 28'-உடன் ஆரம்பமாகிறது. வெங்கட் பிரபு தமிழின் முதல் ஒருபாலினக் காதல் படத்தை எடுத்தவர் என்பதும் முக்கியத் தகவல் ('கோவா'). 'கோவா' படத்தில் உள்ள ஒருபாலின ஈர்ப்பின் ஒரு மட்டுப்பட்ட வடிவைத்தான் நாம் 'சென்னை 28' படத்தில் பார்க்கிறோம்.

இந்த மட்டுப்பட்ட ஒருபாலின ஈர்ப்பைத்தான் புரொமான்ஸ் (bromance) என்கிறார்கள். நாம் புரொமான்ஸை ஆண் ரொமான்ஸ் என அழைக்கலாம்.

ஆண் ரொமான்ஸ் படங்களில் நாம் மிக அந்நியோன்யமான நண்பர்களைப் பார்க்கிறோம். கணிசமான திரைநேரம் இவர்களின் உறவாடலைக் காட்டுவதில் கழிகிறது. பிறகு இவர்களிடையே ஒரு பெண் வருகிறாள். அவளால் நண்பர்களிடையே சிறிய விரிசல்கள் தோன்றுகின்றன. ஆனால் படத்தில் காதலின் வலியையிட நட்பின் வலிக்குத்தான் அதிக முக்கியத்துவம் இருக்கும். காதலி ஒரு வில்லியைப் போலத்தான் தோன்றுவாள். அல்லது நண்பர்களிடையே ஒரு கவனச்சிதறலைப் போல். நண்பர்கள் சேர்ந்ததும் இப்பெண் கிட்டத்தட்ட காணாமலே போய் விடுவாள்.

ஆண் ரொமான்ஸின் காலகட்டம் கதிரின் 'காதல் தேசம்' படத்துடன் ஆரம்பிக்கிறது எனலாம். ஒரு கட்டற்ற காதலின் சூழலில் உக்கிரமான நட்புறவை மேலோட்டமாய்க் காட்டிய படம். 'முஸ்தபா முஸ்தபா' பாடலில் வரும் சில காட்சிகள் தமிழ் சினிமாவில் முன்பு எப்போதும் காட்டப்படாதவை - நண்பர் இருவர் கடற்கரையில் மணல் வீடு கட்டுவது, அலையில் விளையாடுவது, தனியாக மலைப்பகுதியில் நடப்பது, ஒருவர் மார்பில் இன்னொருவர் தூங்குவது போன்று இக்காட்சிகள் இதுநாள் வரை ஆண் பெண் உறவுக்காகப் பிரத்யேகமாய்ப் பயன்படுத்தப்பட்டு வந்தவை.

இப்பாடலைச் சரியாகக் கவனிக்க மௌனமாக்கிப் பார்க்க வேண்டும். பாடலின் வரிகள் ஒருபுறம் நட்பைக் கொண்டாட, காட்சிகள் ஒருவகையான உடல் ரீதியான அணுக்கத்தைச் சித்தரித்துக் கொண்டிருக்கும். தமிழில் ஒரு புரட்சிகரமான பாடல் இது எனலாம். கதிர்தான் ஆண் ரொமான்ஸின் அச்சைத் தமிழில் தோற்றுவித்தவர் எனலாம் - ஒருவன் மென்மையாகப் பெண்களின் குணத்தோடு இருப்பான், இன்னொருவன் முரட்டுத்தனமாய்த் தோன்றுவான்.

இவ்வகை ஆண் ஜோடியின் அன்பை வன்முறையின் மொழி மூலம் மிகத் தீவிரமாகக் காட்டியவர் பாலாதான். அவருடைய படங்களின் ஆண்வாசனை தனி ஆய்வுக்குரியவை.

பாலாவின் 'நந்தா', 'பிதாமகன்' மற்றும் 'அவன் இவன்' படங்களை ஆண் ரொமான்ஸ் வகையறைக்குள் கொண்டு வரலாம்.

பன்னிரண்டில் இருந்து பதினைந்து வயது வரை ஆண்கள் தம்மைவிட வயதில் மூத்த ஆண்களின் பால் ஈர்க்கப் படுவார்கள். மூத்த ஆண்களின் வழிகாட்டுதல் மற்றும் அண்மை இவ்வயதில் ஆண்களுக்கு மிக முக்கியமாக இருக்கும். பண்டைய கிரேக்கத்திலும் சரி, சில தென்னமெரிக்கப் பழங்குடிகளிலும் சரி, சிறுவர்களைப் பாலியல் உறவுக்காய் மூத்த ஆண்களுடன் வாழ விடும் பழக்கம் இருந்தது. இச்சிறுவர்கள் வளர்ந்து சுயமாய் ஆரம்பிக்கும் நிலை வரும் வரை வயோதிக நண்பரின் ஓரினத் துணையாக இருந்து வாழ்க்கைப் பயிற்சி பெறுவர். 'நந்தா'வில் ஓரின ஈர்ப்பு இல்லை என்றாலும் ஒரு மிகையான ஈர்பை நந்தாவுக்கும் பெரியவருக்கும் இடையே காணலாம். நந்தா பெரியவரைப் போன்றே மாற விரும்புகிறான். பின்னர் அவன் அவரது மரணத்துக்குப் பழிவாங்க கொலை செய்வதோடு படம் முடிகிறது.

'நந்தா' பலவிதங்களில் நுணுக்கமான திரைக்கதை கொண்டது. குறிப்பாக மனித உடல் எப்படி அந்நியப் படுத்தப்படுகிறது; அவ்வாறு அந்நியப்படுத்தப்படும் அவன் எவ்வாறு மீண்டும் மனித உறவாடலுக்கு மீள்கிறான் என்பதைக் காட்டுகிறது. நந்தா படம் முழுக்கத் தன் தாயின் தொடுகைக்காக, பிரியமான பார்வைக்காக ஏங்குகிறான். அம்மா இங்கு ஒழுக்கவியலின் வடிவமாக இருக்கிறாள். அவளும் அவன் இருந்த வந்த சீர்திருத்தப் பள்ளியும் ஒன்றுதான். அம்மாவின் இந்த அந்நியத்தன்மை காரணமாக அவனால் பெண்களிடம் எளிதில் நெருங்க முடிவதில்லை. 'முன்பனியா முதல் மழையா' பாடலின் காட்சிப்படுத்தல் இவ்விதத்தில் மிக முக்கியமானது.

தொடர்ந்து அவன் தன் காதலியிடம் தள்ளியே இருந்தபடி அன்பை உணர்த்த முயல்வான். பெரியவர் அவனுக்கு வாழ்க்கையை மீண்டும் அணுகுவதற்கு ஒரு வழிமுறையை, வழிகாட்டலைத் தருகிறார். முழுக்க முழுக்க அவர் கண்ணோட்டத்தில்தான் அவனால் உலகுடன் உறவாட முடிகிறது. வாழ்வில் செயல்படுவதில் உள்ள தயக்கமும், இடர்ப்பாடும் புரோமான்ஸ் படங்களின் ஒரு தனித்த

பண்பு. ஓர் ஆண் வழியாகத்தான் மற்றொரு ஆனால் உறவுகளின் உலகின் கதவைத் திறக்க முடிகிறது. 'பிதாமகன்' படத்தில் இதேபோல்தான் சித்தனுக்கு வாழ்க்கைத் திறன்களை ஒவ்வொன்றாக சக்தி கற்பிக்கிறான். ஓர் அழகான காட்சியில் சக்திக்கு காதலி பரிசளிப்பதைக் கண்டு சித்தனும் தன் காதலிக்குப் பரிசளிக்கிறான். அதே வேளையில் சக்தி தன் நண்பனுடன் நெருங்கிப் பழகுவதால் பொறாமையும் கொள்கிறான்.

தன் பெயரை சக்தி நெஞ்சில் பச்சை குத்தியுள்ளது கண்டு அவன் காதலி கோபிக்க சக்தி புளகாங்கிதம் அடைகிறான். அவனுடைய காதல் நண்பனுக்கும் காதலிக்கும் இடையே மாட்டி உள்ளது.

'நந்தா'வில் வரும் ஆண் குறி வெட்டும் சம்பவமும் இவ்விதத்தில் முக்கியமானது. ஆண்மையைப் பெண்களிடம் காட்டுவதன் அற்பத்தனத்தைச் சாடி, ஆண்மை என்பது ஆண்களுக்கிடையே வெளிப்பட வேண்டியது எனச் சொல்லும் ஒரு முக்கியத்துவம் இக்காட்சிக்கு உள்ளது. மகாபாரத அர்ஜுன-கிருஷ்ண உறவைக் கவனிப்பவர் எவரும் அதில் ஓர் இருபாலினத் தன்மை உள்ளதை ஊகிக்க முடியும். கிருஷ்ணன் நித்தியக் காதலன். ஆனால் அவனுக்குக் குழந்தை இல்லை. அர்ஜுனன் சில காலம் பெண்ணாக அஞ்ஞான வாசத்தின்போது இருக்கிறான். கிருஷ்ணன் தன் படைகளை துரியோதனனுக்கு அளித்து விட்டு அர்ஜுனனுக்காகப் பாண்டவர் படையில் தேரோட்டியாக இயங்குகிறான். அதாவது அரசியல் சூழலுக்கு எதிராகத் தன் நாட்டுக்கே எதிராக கண்ணன் இங்கு செயல்படுகிறான். ஒரு நாட்டு மன்னன் தன் நாட்டையும் படையையும் கைவிடுவது என்பது சாதாரண காரணமல்ல. எதற்காக அவன் அர்ஜுனனுக்காக இதைச் செய்கிறான்? அக்காலத்தில் இம்முடிவை எடுத்ததற்காக கண்ணன் தன் அரசியல் ஆலோசகர்களை எதிர்க்க, அதனாலே நாட்டில் இருந்து விலகி இருக்க நேர்ந்ததா? இவையெல்லாம் ஊகங்கள் தாம். ஒரு காட்சியில் போருக்கான ஆதரவு தேடி வரும் துரியோதனன் தூங்கும் கண்ணனின் தலைப்பக்கம் அமர்கிறான். அர்ஜுனன் கால்பக்கம் அமர்கிறான். எழுந்ததும் அர்ஜுனனை பார்க்கும் கண்ணன் முதலில் பார்த்தது அர்ஜுனனை என்பதால்

அவனுக்குத்தான் ஆதரவு என துரியோதனிடம் தெரிவிக்கிறான். குறியீட்டு அர்த்தத்தில் துரியோதனன் கண்ணனின் மூளைப்பக்கம் இருக்கிறான்; ஆனால் அர்ஜுனன் கண்ணனின் உடல் அருகே, நெருக்கமாய் இருக்கிறான். கண்ணன் தன் உடலை அவனுக்குத் தருகிறான். ஒரு மூத்த ஆண் துணையாக கண்ணன் அர்ஜுனனுக்கு முக்கியான நேரங்களில் ஆலோசனைகள் தந்து, பாதுகாத்து, ஆற்றுப் படுத்தி, வழிகாட்டுகிறான். நந்தாவில் பெரியவர் பகவத் கீதையை மேற்கோள் காட்டும் இடத்தில் இருவரும் அர்ஜுனன் கண்ணனாக ஒரு புராணிக ஒரின ஜோடியாக நமக்குத் தோன்றுகின்றனர்.

இச்சரடில் மிக முக்கியமான படம் 'பிதாமகன்' தான். சக்தியின் (சூர்யா) நெஞ்சில் பச்சை குத்தியுள்ள சித்தன் ஒரு காட்சியில் சக்தி தன் காதலியுடன் கோயிலில் பேசிக் கொண்டிருக்கும்போது ஊடல் கொண்டு அங்கிருந்து அகல்கிறான். இன்னொரு இடத்தில் காதலி சக்தியை அடிக்கப்போகும்போது சீறுகிறான். இப்படத்திலும் காதல்தான் அழிவுக்குக் காரணமாகிறது. இரவில் காதலியை வீட்டில் கொண்டுவிட சக்தி போகும்போது சித்தன் கூடப் போக அடம்பிடிக்கிறான். ஆனால் சித்தனை விட்டுவிட்டு அவர்கள் போக சக்தி கொல்லப்படுகிறான். சித்தன் கூட இருந்தால் காப்பாற்றி இருப்பான் என்று உணர்த்தப் படுகிறது. சக்தி தாக்கப்படும்போது ஓடிப்போய் வேறு யாரிடமும் உதவி பெற முடியாத அளவுக்குப் பலவீனமான வளாக அவன் காதலி மாறிப் போகிறாள். மிச்சப் படம் முழுக்க அவள் ஊமையாக இருப்பது காதலின் மொண்ணைத்தனத்தைக் காட்டத்தான். இறுதிக் காட்சியில் சேதுவைப் போல் சித்தன் காதலைத் துறந்து தனியாகப் போகிறான். காதலின் அற்பத்தனமும் ஆண் நட்பின் தூய்மையும் பாலா படங்களில் திரும்பத் திரும்ப வலியுறுத்தப்படுகின்றன. காதலில் வெறும் உணர்ச்சிகளும், லட்சியமும்தான் பிரதானமாக இருக்கிறது. ஆண் நட்பு உடல் மீதான அக்கறையைப் பிரதானப்படுத்துகிறது. 'சேது'வில் தன் நண்பனின் உடல் நலத்தை மீட்க ஸ்ரீமான் இறுதி வரை விசுவாசமாக முயன்றுகொண்டே இருக்கிறான். அவன் அன்பு பௌதிகமாக இருப்பதாலேயே இறுதி வரை அது மாறாமல் இருக்கிறது என்கிறார் பாலா. மூளையின் உணர்ச்சிகள் நம்மை வழிதவறச் செய்கின்றன.

'பிதாமகன்' படத்தில் சித்தன் சிறையில் கடுமையாகத் தாக்கப்படும்போது அவனை அரவணைத்துப் பாதுகாக்கிறான் சக்தி. அதேபோல் சக்தி சித்தனுக்காக அடிவாங்கும் போதும் சித்தன் அவன் மீது அக்கறை காட்டி உடல் தேறப் பராமரிக்கிறான். உடல் பராமரிப்பும் அக்கறையும்தான் பாலாவின் நண்பர்களுக்கு அன்பைக் காட்டும் ஒரே வழியாக இருக்கிறது. அவர்களின் அன்பு உடலின் அன்பாக இருக்கிறது. அதனாலே அது ஸ்திரமாக வலுவாக வேர்கொண்டதாக இருக்கிறது.

சக்தி என்கிற பெயர் பார்வதியைக் குறிக்கிறது என அறிவோம். இப்படத்தில் சூர்யாவின் பாத்திரமும் மிகுதியாகப் பேசுகிற, சண்டையில் விருப்பமில்லாத, குடித்ததும் மனம் உடைந்து அழுகிற, வெகுளித்தனம் மிக்க பெண்மை கொண்ட ஆணாகவே உருவாக்கப்பட்டுள்ளது. மாறாக சித்தன் உணர்ச்சிகள் அறியாத, பேச வராத, வெகுளித்தனம் அற்ற ஆணாக வருகிறான். சக்தியின் பாத்திரத்துக்குள் பெண்மை மிக நுணுக்கமாக ஏற்றப்பட்டு உள்ளது. அதனாலே அவன் சித்தனுக்கு மிக ஏற்ற ஜோடியாக மாறுகிறான். சித்தனுக்கு அறிவுரை தந்து வழிகாட்டு கிறான் - அர்ஜுனனுக்குக் கண்ணன் போல், நந்தாவுக்கு பெரியவர் போல்.

'அவன் இவன்' படத்தில் 'நந்தா'வும் 'பிதாமகனு'ம் பரிணமிக்கின்றன. பெரியவர் ஜமீந்தார் ஆகிறார். வணங்கா முடிக்கும் சாமிக்கும் அடைக்கலம் தந்து வழிகாட்டுகிறார். இப்படத்திலும் பெண் உறவுகள் பெயரளவுக்குத்தான். நந்தா மற்றும் சக்தி பாத்திரத்தின் நீட்சியான வணங்காமுடி மூன்றாம் பாலினமாகவும் இதில் சித்தரிக்கப்படுகிறான். ஜமீந்தார் இருவருக்கும் இடையே உள்ள அன்பைப் புரிந்து கொள்ள உதவுகிறார். இப்படத்தின் இறுதியிலும் ஆண் காதலனின் இழப்புக்குப் பழிவாங்கவே ஹீரோ கொலை செய்கிறான்.

புரோமான்ஸ் படங்கள் தமிழில் காதலை எப்படிப் பார்க்கின்றன என்பது சுவாரஸ்யமானது. தொடர்ந்து காதல் உறவுக்காகப் பரிதவித்தபடியே இதன் நாயகர்கள் இருப்பார்கள். நண்பர்களின் உரையாடல்கள் காமத்தைச் சுற்றியே இருக்கும். காமச்சுவையை நேரடியாக அன்றிச்

சொற்கள் மற்றும் கற்பனை வழி சுகித்தபடி இருப்பார்கள். காதல்தான் கதையை நகர்த்துகிற காரணியாக இருக்கும். ஆனால் காதல் உக்கிரமாகவோ நிறைவானதாகவோ இருக்காது. வெறும் ஒரு பொருட்டாகத்தான் காதல் இப்படங்களில் இருக்கும். காதலை முன்னிட்டு நண்பர்கள் இடையிலான கிளர்ச்சியான பேச்சுகளும், பொறாமை பரிதவிப்புகளும்தான் படத்தின் பெரும்பகுதியை நிறைக்கும். பொதுவாக ஆண்கள்தாம் மோகிக்கிற பெண்ணைப் பொதுவில் விவரிக்கவோ அப்பெண்ணுடனான உறவை நண்பனிடம் சித்தரிக்க விரும்பவோ மாட்டார்கள். ஆனால் வெங்கட் பிரபுவின் 'சென்னை 28', 'கோவா' போன்ற படங்களில் நண்பர்கள் ஒன்றாக ஒரு பெண்ணைக் குறித்த சித்தரிப்புகளில் லயித்து ஜொள்ளு விடும் காட்சிகள் பல வரும். கோவாவில் ஒரு வெள்ளைக் காரிக்கு நண்பர்கள் மூவருமாய் எண்ணெய் தேய்த்து விட முயலும் காட்சியைச் சொல்லலாம். ஒருவன் காலை எடுத்துக் கொள்ள இன்னொருவன் கைகளையும் உடலின் மேற்பகுதியையும் தேர்ந்து கொள்கிறான். இதை வக்கிரம் என நாம் எளிதில் ஒதுக்கி விட முடியாது. வெங்கட் பிரபுவின் நாயகர்களுக்குப் பெண்களுடனான உறவில் ஏதாவதொரு தயக்கமோ தடையோ இருந்து கொண்டிருக் கிறது. ஆண்கள் தம்முலகில் இருப்பது போல் பெண்களுடன் சகஜமாக இருக்க முடிவதில்லை. நேரடியாக இயலாமல் போகிற காமத்தை நண்பர்களுடன் பேசியும் பார்த்தும் கற்பனை செய்தும் மறைமுகமாக அனுபவிப்பது அவர்களுக்கு வசதியாக இருக்கிறது. நண்பனின் கண்கள் வழிப் பெண்ணைக் காண்பதும், ரசிப்பதும் அவனுக்கு இன்னும் லகுவாக இருக்கிறது.

ஆண் நண்பர்கள் இடையிலான பிணக்கும் ஊடலும் விரிவாக இப்படங்களில் காட்டப்படும். 'சென்னை 28' முழுக்க முழுக்க ஆண் ஊடல் பற்றின படம்தான். பொது வாக ஆண்களுக்குச் செய்யும் வேலையும், சமூக அங்கீகாரமும்தான் உணர்ச்சிரீதியான திருப்தியைவிட முக்கியமாக இருக்கும் என்கிறார்கள் உளவியலாளர்கள். அதாவது ஆண் மூளையால் வாழ்கிறான்; பெண் இதயத்தால் வாழ்கிறாள். புரோமான்ஸ் படங்களில் நண்பர்களுக்கு லட்சியங்களை அடைவதைவிடப் பரஸ்பரம் திருப்திப் படுத்துவதும் மகிழ்ச்சியாக இருப்பதுமே முக்கியமாக

இருக்கின்றன. இந்த அர்த்தத்தில் புரோமான்ஸ் நட்பை ஒரு பெண்மை கலந்த நட்பு எனலாம்.

'கோவா' படத்தில் வரும் பல புரட்சிகரச் சமாசாரங்களில் ஒன்று 'மல மல மருதமல' பாட்டை நினைவுபடுத்தும் நண்பர்கள் வெறும் ஜட்டி போட்டபடி அறைக்குள் நடனமாடி மனம் திறந்து உல்லாசமாக இருக்கும் காட்சி. பெண்கள் இல்லாத உலகம் அவர்களுக்கு இப்படித்தான் தடையற்றதாக இருக்கிறது. என் வகுப்புகளில் பெண்கள் இல்லாமல் போகும்போது ஆண்களிடையே இந்த மனச்சுதந்திரத்தைக் கவனித்திருக்கிறேன். பெண்கள் ஒரு கிளுகிளுப்பைத் தந்தாலும் அவர்களின் அருகாமை தொடர்ந்து ஆண்கள் மீது ஓர் அழுத்தத்தை ஏற்படுத்தியபடி இருக்கிறது. பெண்கள் நீங்கியதும் அவ்விடம் மேலதிகாரி இல்லாத அலுவலகம் போல் விழாக்கோலம் பூணுகிறது.

புரோமான்ஸ் படங்களின் பெண்களும் ஆய்வுக்குரிய வர்கள். இவர்கள் பொதுவாக ஆண்மை மிக்கவர்களாக, அடாவடியானவர்களாக, ஆண்களை மயக்கும் மோகினி களாக வருகிறார்கள். ஆண்கள் ஒப்பிடுகையில் பலவீன மான எளிதில் கட்டுப்படக் கூடியவர்களாக இருக்கிறார்கள். அதாவது பெண் ஆணாகவும், ஆண் பெண் போலவும் இருக்கிறார்கள். 'பிதாமகன்' படத்தில் இளங்காத்து வீசுதே பாடலில் சங்கீதா பாத்திரம் சைக்கிள் மிதிக்க சக்தியும் சித்தனும் உட்கார்ந்து வரும் பிம்பத்தை இங்கு நினைவு படுத்திக் கொள்ளலாம்.

புரோமான்ஸ் படங்களில் தொடர்ந்து பெண்கள் மீதான மட்டற்ற சிலாகிக்கும் மோகமும் தொடர்ந்து சித்தரிப்புகளில் இருந்து கொண்டிருக்கும். ஆனால் ஆணும் பெண்ணும் சந்திக்கும் இடங்கள் கொண்டாட்ட மாக இருக்காது. ஆண்கள் தனித்திருக்கும் இடங்களே உற்சாகம் நிரம்பி வழிவதாக இருக்கும். 'காதல் தேசம்' படத்தில் வரும் 'இன்பத்தைக் கருவாக்கினாள் பெண்' பாடலையும் 'கோவா'வின் 'டுபீஸெல்லாம்' பாடலையும் உதாரணம் காட்டலாம். இப்பாடல்களில் ரகசியமாய்ப் பெண்ணை வேவுபார்க்கிற voyeuristic தன்மை இருக்கும். பெண்கள் பொம்மைகளாக, குறிப்பான ஆளுமை அற்றவர் களாக, செயலூக்கம் இல்லாதவர்களாக இருப்பார்கள்.

ஆனால் ஆண்கள் மட்டும் வருகிற பாடல்கள் நிறைய செயல்களுடன் சாகசங்களுடன் இருக்கும். புரோமான்ஸ் படங்களில் பெண் மோகம் என்பது ஆண்களின் பகற்கனவு சமாசாரமாக மட்டுமே இருக்கும்.

புரோமான்ஸ் படங்களின் இன்னொரு பொதுவான அம்சம் நாயகன் சமூகத்தில் இருந்து தனிமைப்படுத்தப்படுவதும், அதற்கு ஏதாவது ஒரு விநோத காரணம் இருப்பதும். 'நந்தா'வில் சிறுவனாக இருக்கையில் அப்பாவைக் கொன்றதற்காக நாயகன் தன் அம்மாவால் அந்நியப் படுத்தப்படுகிறான். 'பிதாமகன்' படத்தில் சித்தன் சுடுகாட்டில் வளர்ந்ததால் சமூகத்தோடு தொடர்புகொள்ள முடியாமல் ஆகிறான். 'கோவா'வில் நண்பர்கள் சினிமா பார்க்க வெளியூருக்குப் போன காரணத்துக்காகக் கிராமத்துக்குள் தொடர்ந்து தண்டிக்கப்பட்டு அந்நியமா கிறார்கள். பின்னர் சாமி ஆபரணம் திருடிய நிலையில் கோவாவுக்குத் தப்பித்துப் போகிறார்கள். இந்தக் காரணங்கள் எல்லாம் தர்க்கத்துக்குப் புறம்பாக இருப்பதைக் கவனியுங்கள். ஆனால் வெளியே சொல்ல முடியாத காரணத்தால் சமூக வெளியேற்றத்துக்கு ஆளாகிற ஓர் உணர்வு இப்படங்களின் தொனியாக இருக்கிறது. இந்தக் காரணம் மிகையான ஒருபாலின ஈர்ப்பா என நாம் யோசிக்க வேண்டும். அல்லது அற்பமான ஏதோ காரணத்துக்காக ஒடுக்கப்படும் ஆண் உடல் இவ்வாறு நட்பு சார்ந்த அணுக்கத்துக்குள் அடைக்கலம் தேடுகிறதா?

இந்த வகை ஆண் ரொமான்ஸ்களின் இன்னொரு பக்கமான வெறுப்பு கலந்த அன்பை நகைச்சுவையாக வெளிப்படுத்திய படங்கள் ராஜேஷ்ஃடையவை. குறிப்பாக, 'பாஸ் என்கிற பாஸ்கரன்' மற்றும் 'ஒரு கல் ஒரு கண்ணாடி.'

'தளபதி'யை நாம் புரோமான்ஸ் வகைக்குள் சேர்ப்பது சிரமம் என்றாலும் அப்படத்தை அங்கதம் செய்யும் நோக்கத்துடன் ராஜேஷ் உருவாக்கிய நகைச்சுவை நண்பர் ஜோடிகள் ஆண் ரொமான்ஸ் வகைதான். 'சிவா மனசுல சக்தி'யில் நாயகி படுகிற அவஸ்தை பார்க்கையில் நமக்கே பரிதாபம் தோன்றும். சக்தியை வதைப்பதிலும் கலாய்ப்பதிலும்தான் சிவாவுக்கு ஒரு திருப்தியும் நிறைவும் கிடைக்கிறது. இறுதியில் அவளை நிறைய அவமானித்துக் காக்க வைத்து, தன்னை வேலை பார்த்து அவள்

காப்பாற்றுவாள் என உறுதியான பின்னர்தான் அவன் திருமணத்துக்கு ஒப்புகிறான். இப்படி நாயகியின் பாத்திரச் சித்தரிப்பு மற்றும் திரைவெளியில் அவளுக்குள்ள குறைவான முக்கியத்துவம் புரோமான்ஸ் வகைக்குப் பொருந்துவதாக உள்ளது. ராஜேஷின் நண்பர்கள் சதா பரஸ்பரம் குழிபறித்தபடி, மென்மையான துரோகங்கள் செய்தபடி இருக்கிறார்கள். இப்படங்களின் சிறப்பு காதல் வெறும் பாவனை என்று வலியுறுத்தப்படுவதுதான்.

பாஸ்கரன் சந்திரிகாவைத் துரத்தி துரத்திக் காதலிக்கிறான். ஆனால் உதவாக்கரையான அவன் காதலிக்காக வேலைக்குப் போக மறுக்கிறான். அவள்தான் தன்னை சம்பாதித்துக் காப்பாற்றவேண்டும் என்கிறான். தன் வேலையின்மையால் காதலியை இழக்கக் கூடும் எனும் நெருக்கடி வரும்போது கூட அவன் அதைப் பொருட்படுத்துவது இல்லை. டுட்டோரியல் ஆரம்பிப்பதுகூட நண்பனுடன் பொழுது போக்காகவும் குடும்பத்துக்குத் தன்னை மேம்போக்காக நிரூபிக்கவும்தான். வீடும் குடும்பமும் காதலியும் அவனைத் துறக்கும்போதும் படம் முழுக்க பாலை எப்போதும் கைவிடாமல் காப்பாற்றுபவனாக அவன் நண்பனே இருக்கிறான்.

இது 'களவாணி' படத்தில் வருவது போல் வெறும் விட்டேத்தியான ஒரு நாயகனின் சாகசமாக இங்கு இல்லை. ராஜேஷின் நாயகனுக்குத் தன் நண்பனைச் சிக்கலில் மாட்டி விடுவதும், அவனை வைத்து விளையாடுவதும், வேடிக்கைகள் உருவாக்குவதும், காதலிப்பது சாதிப்பதைவிட முக்கியமாக இருக்கின்றன. அவரது படங்களில் காதல், வாழ்க்கையில் முன்னேறுவது போன்றவை வெறும் தோரணைகள்தாம். 'சிவா மனசில சக்தி'யில் சிவா தன் காதலியைத்தேடிச் சென்று ஷகீலாவிடம் மாட்டிக் கொள்ளும் காட்சியில் சந்தானம் அந்த இக்கட்டை நீண்ட நெடுநேரம் சிரித்து ரசிப்பார். 'பாஸ் என்கிற பாஸ்கரன்' படத்தில் நல்லதம்பியை பாஸ் அஜித்-விஜய் ரசிகர்களிடையே மாட்ட வைத்து அடிவாங்க வைக்கிறான். பிறகு கடன் வாங்கி டுட்டோரியல் ஆரம்பிக்கச் செய்து அவன் குடும்பத்தை நடுத்தெருவுக்குத் தள்ளுகிற நிலைக்குக் கிட்டத்தட்ட கொண்டு வருகிறான். தொடர்ந்து பாஸினால் தனக்கு நேர்கிற தொல்லைகளைப்

பற்றி அவன் அங்கலாய்க்கும் போதும் அதை பாஸ[_]ம் அவனும் உள்ளூர ரசிப்பதையும் உணர்கிறோம். இரு நண்பர்களுக்கும் இடையிலான இந்த வெறுப்புக்கும் அன்புக்கும் இடையிலான உறவு நகைச்சுவை மோதல் வழியாக ஓர் அன்னியோன்யம் கொள்கிறது. நம் சமூக அமைப்பில் காதலும், தொடர்ந்து குடும்ப உருவாக்கமும் நட்புக்கான வெளியைக் கிட்டத்தட்ட இல்லாமல் செய்து விடுகின்றன. ஒருவேளை ராஜேஷின் நண்பர்கள் முடிந்தவரை பரஸ்பரம் இன்னொருவரின் காதலைப் பிரித்து வைப்பதில் அவ்வளவு அக்கறை காட்டுவது அதன் வழி மட்டும்தான் தம் நட்பு தொடர முடியும் என்பதால் இருக்கலாம்.

'பாஸ்' படத்தின் முதல் காட்சியே பாஸ் தன் நண்பனான நல்லதம்பியை ஒரு கத்தியுடன் தெருவில் துரத்துவதில்தான் துவங்குகிறது. காதல் கைகூடி திருமணத்தில் முடியப் போகிற தருணத்தில் நல்லதம்பி பெண்ணின் அப்பாவைக் கலாய்த்து ஒரு முட்டுக்கட்டையை உருவாக்குகிறான். இதை அவன் வேண்டுமென்றே செய்கிறானா என்பது தெரியவில்லை. ஆனால் 'ஒரு கல் ஒரு கண்ணாடி' முழுக்க முழுக்க நண்பர்கள் ஒருவர் இன்னொருவரின் காதலுக்கு முட்டுக்கட்டை போட்டபடியே இருக்கிறார்கள். இதனாலே பிரிகிறார்கள், காதலியோடு சேர்கிறார்கள்; பிறகு உடனே காதலியைப் பிரிந்து நண்பனோடு சேர்கிறார்கள். இந்நண்பர்களுக்கு எது முக்கியம் - நட்பா, காதலா? சரவணனும் பார்த்தசாரதியும் தத்தமது காதலிகள் நண்பனைக் கைவிடக் கேட்க மறுத்துக் காதலைத் துறக்கிறார்கள். ஆனால் அடுத்த காட்சியில் காதலிக்காக நண்பனையும் துறக்கிறார்கள். இதில் எங்கு உண்மையாக இருக்கிறார்கள் என்று சொல்வது கடினம். இந்த மென்மையான பூடகம்தான் இப்படத்தின் அழகு எனலாம். காதலியை இழக்கும்போது சரவணன் துயரம் கொள்கிறான். ஆனால் எந்தச் சூழலிலும் அவன் நண்பனை இழப்ப தில்லை. ஊடல்கள் காட்சிக்குக் காட்சி தோன்றினாலும் அதை எளிதில் கடந்து போக முடிகிறது. ஆனால் காதலில் புரிந்துணர்வும் ஊடலைத் தீர்ப்பதும் அவ்வளவு எளிதாக இல்லை. இதனால்தான் அவனுக்கு நண்பனின் அருகாமை இன்றிக் காதலை எதிர்கொள்வது சிரமமாக இருக்கிறது. 'பாஸ் என்ற பாஸ்கரன்' படத்தில் நல்லதம்பி தன்

நண்பனுக்குக் காதல் வகுப்பெடுப்பது ஆகட்டும், 'ஒரு கல் ஒரு கண்ணாடி'யில் பார்த்தா தொடர்ந்து நண்பனின் காதலில் குறுக்கிடுவது ஆகட்டும், பெண்ணுறவை நேரடியாக அணுகுவதில் ஒரு பெரும் தயக்கம் வெங்கட் பிரபுவின் படங்களில் போல் இப்படங்களிலும் உள்ளது. 'சென்னை 28', 'கோவா' போல் 'ஒரு கல் ஒரு கண்ணாடியிலும்' சரவணனும் பார்த்தாவும் தம் காதலிகளான இரு பெண்களையும் சேர்ந்துதான் சைட் அடித்து ரசித்து வெறுத்துப் பிரித்து கொள்கிறார்கள்.

ஆனால் ஓரினக் காதலர்களைப் போல் அல்லாது புரோமான்ஸ் நண்பர்களுக்குப் பெண்கள் நிச்சயம் தேவைப்படுகிறார் கள்; அதேவேளை தேவையில்லாமலும் இருக்கிறார்கள். அவர்களின் காதல் இதற்கு இடைப்பட்டு எங்கோ இருக்கிறது. 'ஒரு கல் ஒரு கண்ணாடி'யில் வரும் காதலைப் போல் அதுவும் புதிராக இருக்கிறது.

குடி, கொண்டாட்டம், எதிர்சினிமா:
தமிழ் சினிமாவின் திசையற்ற போக்கு

•••

மலையாளத்துடனோ அல்லது இந்தியுடனோ ஒப்பிடுகை யில் கடந்த பத்து வருடங்களில் தமிழ் சினிமாவில் ஒரு தனித்தன்மை உருவாகி உள்ளது. குடி, கொண்டாட்டங் களில் திளைப்பது, அக்கறையின்மை, பொறுப் பின்மையைப் போற்றுவது, லட்சியங்களை மறுப்பது என இதை வரையறை செய்யலாம்.

இந்த வகைப் படங்களின் உச்சபட்ச உதாரணம் என 'சூதுகவ்வும்' படத்தைச் சொல்லலாம். அப்படத்தில் சேகரிடம் பகவலன் கூறும் 'எதுக்கு தொழில் பண்ணனும்?' என்பது நம் தலைமுறைப் படங்களின் பண்பாட்டை விளக்கும் ஆகச்சிறந்த முத்திரை வசனம். பகலவன் ஒன்றரை லட்சம் பணத்தை நயந்தாராவுக்கு சிலை வைப்பதில் வீணடிக்கிறான். அதை வீண் செலவென்று அவன் நம்பத் தயாராக இல்லை. ஒழுக்கமான வழியில் அப்பணத்தை முதலீடு செய்து சம்பாதிக்க நினைப்பதுதான் வீண் என்பான் பகலவன்.

ஒழுக்கம், கறாரான கட்டுப்பாடான செலவு, கஞ்சத்தனம் ஆகியவை மத்தியவர்க்க விழுமியங்கள். மத்திய வர்க்கத்தில் இருந்து வணிக வர்க்கமாக மேலெழுந்த பனியா வர்க்கத்தினரிடமும், குறிப்பாக அவர்களின் அரசியல், ஆன்மிகத் தலைவரான காந்தியடிகளிடமும், இந்த ஒழுக்கக் கட்டுப்பாட்டை உயர்பண்பாகக் காணும் போக்கைக் காண முடியும். இன்றைய தலைமுறை தன்

கண்முன்னே ஏழை-பணக்கார வேறுபாட்டில் ஒரு பெரும் பிளவைக் காண்கிறது. முந்தைய தலைமுறை போல் பொறுமையாக உழைத்து ஒவ்வொரு படியாகத் தாண்டி வர அது தயாராக இல்லை. உழைத்தால் முன்னேறலாம் என்கிற அறிவுரை பெரும் அபத்தமாக அதற்குத் தோன்றுகிறது. லட்சக்கணக்கில் சம்பாதிக்கிற ஓர் உயர்மத்திய வர்க்கம் சில பத்தாயிரங்கள் மட்டுமே உச்சபட்சமாய் ஈட்ட முடிகிற பெரும்பான்மை மக்களை வெறும் ஈ புழுக்களாய்ச் சித்தரிக்கிறது.

இன்னொரு பக்கம் எண்பதுகளில் துவங்கிய இலட்சியங் களின் வீழ்ச்சி. அரசியல், சமூகம், ஊடகங்கள் என இது வியாபித்து எப்படியும் மில்லியனர் ஆனால் போதும், இதில் 'எப்படி' என்பது முக்கியமமல்ல என்கிற எண்ணத்தை வலுவாக விதைத்துவிட்டது. ரௌடிகளும், பாலியல் தரகர்களும், மனசாட்சியற்ற வியாபாரிகளும் நம் கண்முன்னே தவறான வழிகளில் கோடீஸ்வரர்களாகி முக்கிய அரசியல் கட்சிகளைக் கைப்பற்றிப் பொருளாதாரக் குற்றங்களுக்கு ஒரு நியாயத்தன்மையை ஏற்படுத்தினர். இதன் ஒரு பக்கவிளைவுதான், பொறியியலும் பிற உயர் படிப்புகளும் முடித்த இளைஞர்கள் பைக், செயின் திருட்டுகள் துவங்கி வங்கிக் கொள்ளைகள், கொலைகள், கோடிகள் வரை நீளும் இணையக் குற்றங்கள் செய்வதும், அரசியலில் நுழைந்து யாராலும் கற்பனை செய்ய முடியாதளவு குற்றங்களைச் சில வருடங்களிலேயே நிகழ்த்திக் காட்டுவதும் (தயாநிதி மாறன், கனிமொழிகளில் இருந்து லாலு பிரசாத் யாதவ் வரை). 'சூது கவ்வும்' கடத்தல், லஞ்சம் ஆகியக் குற்றங்களை நியாயப்படுத்துகிறதா அல்லது பகடி பண்ணுகிறதா என்பதை விளக்குவது சிரமம். ரசனைக்கும், கண்டனத்துக்கும் இடையிலான மெல்லிய கோடு படத்தில் ஒரு கட்டத்தில் காணாமல் போய் விடுகிறது. ஏனென்றால் படத்தில் பாதிக்கப்பட்டவரின் தரப்பு என்று ஒன்றே இல்லை. இது டரண்டினோவின் படங்களில் உள்ள அதே பிரச்சினை =தான். மிகைளதார்த்தம், பகடி மூலம் குற்றங்களை ரசிக்க வைக்கிற குற்றங்களை இவ்வகை இயக்குநர்கள் செய்கிறார்கள்.

'சத்யா', 'மகாநதி' போன்று ஊழலையும், சமூகச் சீரழிவு களை சாடும் வகையான படங்கள் தொண்ணூறுகளில்

பிரபலமாக இருந்தன. அத்தகைய படங்களில் இருந்து இன்று நாம் வந்து சேர்ந்திருக்கிற இடம் நினைத்தால் பிரமிப்பூட்டுகிற ஒன்று. இன்று நாம் 'மகாநதியை' திரும்ப எடுத்தால் அது அந்த குடும்பத்தைச் சீரழிக்கிற வில்லனின் கண்ணோட்டத்தில் இருந்துதான் இருக்கும். 'வறுமையின் நிறம் சிகப்பு', 'நிழல்கள்' போன்று படித்த வேலை யில்லாத திறமையிருந்தும் வீணாய்ப் போகிற ஏழை நாயகன்கள் இன்று மத்திய வர்க்கத்தை நோக்கி நகர்ந்து விட்டார்கள். அவர்களுக்கு இன்று மேல்மத்திய வர்க்கத்திற்கும் ('கற்றது தமிழ்'), உயர்வர்க்கத்திற்கும் ('சூது கவ்வும்', 'பீட்சா') தமக்கும் இடையிலான தாண்ட இயலாத பள்ளத்தாக்குதான் கடும் வெறுப்பையும், அவநம்பிக்கையும் ஏற்படுத்துகிறது. உலகின் அத்தனை வசதிகளையும் வாய்ப்புகளையும் நம்முன் திறந்து காட்டும் மீடியாவும், தன் பிரம்மாண்ட வளர்ச்சியில் சிறு பங்கு கூடத் தராமல் தொடர்ந்து வெளியே துரத்தும் நகரமயமாக்கலும் மத்திய வர்க்கத்தைச் சட்டென்று மீண்டும் தன்னை ஏழையாக நினைக்க வைத்துள்ளது.

இந்தக் குழப்பத்தில் மத்திய வர்க்கத்துக்குத் தன்னுடைய உண்மையான எதிரி யாரெனப் புரியவில்லை. 'தங்க மீன்கள்' படத்தில் தன் மத்திய வர்க்க அப்பாவுக்கு உதவுவதற்காகத் தனியார்ப் பள்ளியின் பணக்கார மாணவர்களின் ரப்பர், ஸ்கேல்களைத் திருடி வரும் செல்லம்மாவை போலத்தான் இன்றைய குற்றம் புரியும் நாயகர்கள் நடந்து கொள்கிறார்கள்.

இன்று தீராத கொண்டாட்டத்துக்கும், கண்மூடித்தனமான பொழுதுபோக்குக்கும் நாம் அளிக்கும் இடம் இந்தக் குழப்பத்தின் ஒரு விளைவுதான். எண்பதுகளிலும் தொண்ணூறுகளிலும் போல இன்றைய இளைஞனால் தன்னை ஒடுக்குவது சமூகம்தான் என உறுதியாகச் சொல்ல முடியவில்லை. ஏனென்றால் சமூகம் எங்கிருக்கிறது என்றே அவனுக்குப் புரியவில்லை.

விக்கிரமனின் படங்களில் முன்னேற விரும்புகிற திறமை யான ஆனால் வாய்ப்புகளற்ற இளைஞர்கள் வருவார்கள். அவர்கள் இசை, நடனம் மூலம் சட்டென்று ஒருநாள் மேலே வருவார்கள். நண்பர்கள் சேர்ந்து போராடுவது, மகிழ்ச்சியையும் துயரங்களையும் அனுபவிப்பது என்கிற

சமாசாரத்தை சேரனும் சில படங்களில் கையாண்டார். ஊரை விட்டு நகரங்களில் பொருளாதார நெருக்கடி காரணமாக ஒண்டி வாழும் இளைஞர்களின் இந்த வாழ்க்கைப் பாட்டை வெங்கட் பிரபு 'சென்னை 28'ல் முற்றிலும் மற்றொரு கதையாடலாக மாற்றினார். அதன்பின் 'கோவா'வில் இருந்து 'சூது கவ்வும்' வரை நண்பர்கள் என்றால் அற்பப் பிரச்சினைகளுக்காக மண்டையை உடைத்துத் தாமாகவே பிரச்சினைகளை உருவாக்கி எதேச்சையாக அவற்றுக்குத் தீர்வு காண்பது என இவ்வகைப் படங்களின் போக்கு மாறியது. 'இன்று போய் நாளை வா'வில் கூட இதே வேலையயற்ற நண்பர்கள்தாம். ஆனால் அவர்கள் மீது சதா பெற்றோரின் கண்காணிப்பும் அங்கலாய்ப்பும் அலுப்பும் கழுகுப்பார்வையாக இருந்து கொண்டிருக்கும். ஆனால் ரீமேக்கான 'கண்ணா லட்டு தின்ன ஆசையாவில்' எந்தச் சமூகப் பொருளாதார அழுத்தமும் கண்காணிப்பும் இராது.

வெங்கட் பிரபு முடுக்கி விட்ட இளைஞர் பாத்திரங்கள் தான் இன்று 'தேசிங்கு ராஜா', 'வருத்தப்படாத வாலிபர் சங்கம்' வரை சுழன்று கொண்டே வருகின்றன. இவர் களுக்குக் குறிப்பாய் எந்தப் பிரச்சினையும் இல்லை என்பதே பிரதான பிரச்சினை. சேர்ந்து அற்ப சாகசங் களைத் தேடி அலையும் நண்பர்கள் என்கிற பாத்திர அமைப்பில் கொஞ்சம் காதலைச் சேர்த்தால் ராஜேஷ் போன்றவர்களின் 'பாஸ் என்கிற பாஸ்கரன்', 'ஒரு கல் ஒரு கண்ணாடி' பார்முலா வந்து விடுகிறது. இந்த ஊதாரி நாயகனை கிராமத்தில் 'கள்ளர்' சாதியத்தில் தோய்த்தால் 'களவாணி' பார்முலா. சசிகுமாரின் மதுரைக்காரப் படங்களிலும் இதே வகை உதவாக்கரை இளைஞர்கள் தாம் நிலப்பிரபுத்துவப் பின்னணியில் வருகிறார்கள். ஒவ்வொரு வகையின் அரசியலும், நிலவியல், சாதியப் பின்னணியும் வேறுவேறு.

இதை நாம் 'அட்டக்கத்தி'யுடன் ஒப்பிடுகையில் தெளிவாகக் காண்கிறோம். பா.ரஞ்சித் தெளிவான விளிம்புநிலை அரசியல் கொண்டவர். ஆனால் 'அட்டகத்தி' அரசியலைத் தேசலாகப் பின்னணியில் வைத்துவிட்டு ஒரு தலித் இளைஞனின் எதிலும் ஒட்டாத அசட்டையான வன்முறை மற்றும் காதலை, அதன் ஒருவிதக் கோமாளித்தனத்தைக்

காட்டுகிறது. இப்படத்தின் முக்கியத்துவம், இன்றைய தலைமுறைக்குக் காதலில் 'இருப்பது'தான் முக்கியம், காதலிப்பது அல்ல எனச் சொன்னது. ஆழமான தீவிரமான உணர்ச்சிகளை ஏற்பதில் நமக்குள்ள பிரச்சினைகளையும் 'அட்டகத்தி' பேசியது. தினகரன் படத்தின் இறுதியில் வரும் அந்தப் பித்தனை போன்றவன். காதலின் தீவிர நிலைகளான நிரந்தரமாய்த் துய்ப்பது, ஏமாற்றத்தின் வலியை அனுபவிப்பது அவனால் முடிவதில்லை. அவன் காதலிக்கும் பூர்ணிமாவைப் பற்றின ஒரு பிம்பம் மட்டுமே அவனுக்குள் உள்ளது. அவளைப் பற்றி அவனுக்கு எந்த அடிப்படைத் தகவல்களும் தெரியாது. இருந்தும் அவளை உக்கிரமாய்க் காதலிப்பதாய் ஒரு மனத்தோற்றத்தில் ஊறித் திளைக்கிறான். இறுதியில் தான் ஏமாற்றப்பட்டதாய் உணரும் போதும் அவனால் காத்திரமான வலியை உணர முடிய வில்லை. அவன் விலகிச் சிரிக்கிறான். காதலிக்கும் தன்னைக் காதல் அனுபவத்தில் இருந்து விடுபட்டு உணர்கிறான். இன்றைய தலைமுறையினரின் மனநிலை இது.

காதல் ஒரு லட்சியம். எண்பதுகளில் பொருளாதார வாய்ப்புகளற்ற சூழலில் ஏமாற்றத்தின் கசப்பாக 'ரயில் பயணங்களில்' போன்ற படங்களில் இருந்து 'அந்த ஏழு நாட்கள்' போன்ற சமரசக் காதல் வரை இந்த ரொமாண்டிக்கான காதலின் வடிவங்களைப் பார்த்தோம். பின்னர் தொண்ணூறுகளில் நேர்ந்த பொருளாதார எழுச்சி தந்த நம்பிக்கை காரணமாக காதல் வாழ்க்கை சாத்தியம் என்கிற சேதி உள்ளடக்கின படங்கள் பல வந்தன. இந்தப் பத்தாண்டுகளின் இறுதியில் ஷங்கரின் 'காதலன்' போன்ற படங்களில் காதலின் சாத்தியங்களை எழுச்சி மனநிலையில் ரொமாண்டிக்காக முழுநம்பிக்கையுடன் சித்தரிக்கப் பட்டதைக் கண்டோம். இரண்டாயிரத்தின் துவக்கத்தில் 'ஆட்டோகிராப்' ஒரு புறம் விக்கிரமன் பாணியில் காதலிப்பதில் உள்ள சமூகப் பொருளாதாரப் பிரச்சினை களை ரொமாண்டிக்காகவும், 'காதல்' இன்னொரு புறம் இதே பிரச்சினைகளைக் கறாரான எதார்த்தவாதத்துடனும் கொஞ்சம் மானுடவாதத்துடனும் சித்தரித்தன. இரண்டா யிரத்தின் பிற்பகுதியில் காதலிப்பது என்பது வெறும் கொண்டாட்டம் மட்டுமே என்கிற போக்கு உருவானது. 'காதல்' போன்று அன்பையும் கருணையையும் வலியுறுத்தும் வகையான படங்களைப் பின்னர் அதிகமாய் நாம்

பார்க்கவில்லை. காதலைக் கையாள்வதைப் பொருத்த மட்டிலும் 'காதல்' தொடங்கி 'அட்டக்கத்தி' வரை தமிழ் சினிமா ஒரு சுழற்சியை முடித்துள்ளது எனலாம். காதலில் ஏமாற்றப்பட்டதால் பித்தனாகும் முருகனும் தினகரனும் 'அட்டக்கத்தி'யில் சந்தித்துக் கொள்ளும் இடம் வெகு சுவாரஸ்யமானது. தினகரன் முழுக்க காதலுக்கு வெளியே இருந்து காதலிப்பவன். அவன் காதல் தோல்வியால் பைத்தியமாக மாட்டான். பைத்தியத்துடன் சேர்ந்து தன் காதலை நினைத்துச் சிரித்தபடி மற்றொரு பெண்ணைக் காதலிக்க துவங்கி விடுவான்.

'சென்னை 28' வகையான படங்களுக்கு முன்மாதிரி என்று 'தில் சாத்தாஹெ'வை சொல்லாம். சுவாரஸ்யமாக, இப்படம் சீரியஸான நான்கு நண்பர்களைப் பற்றியது. அவர்கள் மேற்தட்டைச் சேர்ந்தவர்கள். தமிழ் சினிமா இந்த ஊதாரிகளை மத்திய வர்க்கமாக மாற்றிக் கொண்டது. இந்தியில் மட்டுமல்ல மலையாளத்திலும் கூட நாம் தமிழில் காண்கிற அசட்டை மனப்பான்மையை வலுவாகக் காண முடியாது. அங்கு தேசியவாதம், காதல் பற்றின மிகையான நம்பிக்கைகள், படங்களுக்கு ஒரு சீரியஸ் தன்மையைக் கொடுக்கின்றன. அனுராக் காஷ்யப்பின் 'தேவ் டி', 'தில்லி பெல்லி' போன்ற படங்கள் அங்கு மையநீரோட்டத்தில் இல்லை. இங்கு அத்தகைய படங்கள் பிரதான வணிக படங்களாக மாறி உள்ளன. மலையாளத்தில் வடிவத்தில்தான் பின்நவீனத்துவக் கூறுகளை கொண்டுவருகிறார்கள் ('திருவனந்தபுரம் லாட்ஜ்', 'நெத்திலி ஒரு சிறிய மீனல்லா'). ஆனால் உள்ளடக்கம் இன்னமும் எண்பதுகளில் இருந்த கிளாசிக்கலான விசயங்களைக் கொண்டே இருக்கிறது.

தமிழில் கடந்த ஐந்தாண்டுகளில் டாஸ்மாக் கடைகளின் பெருக்கமும் அது தமிழ் மக்களின் வாழ்க்கையைப் பாதித்துள்ள விதமும்கூட இத்தகைய கண்மூடிக் கொண்டாட்ட வகைப் படங்களின் போக்கிற்கு ஒரு காரணமாகலாம். நாம் வேறு எப்போதையும்விட மிக அதிகமாக இப்போதுதான் அதிக டாஸ்மாக் காட்சிகளை சினிமாவில் பார்க்கிறோம். சமகால இந்திப் படங்களில் கூட இந்தளவுக்கு பார் காட்சிகள் இல்லை எனலாம்.

இந்த வகையான கட்டற்ற எதிர்ப்பண்பாட்டு வாழ்க்கை உண்மையில் நாம் வாழக் கூடிய ஒன்றா என்றால் இல்லை என்றே சொல்வேன். இன்றும் நமக்கு வாழ்வில் அடிப்படையான நம்பிக்கைகள் உள்ளன; ஒரு மையம் உள்ளது - அது குடும்பமோ, சமத்துவம் பற்றின கருத்தியலோ ஆக இருக்கலாம். முழுக்க முழுக்க இந்தப் படங்களில் காட்டுவது போல் குருட்டுத்தனமாய் நம் நடைமுறை வாழ்க்கை இல்லை என்பதை அறிவோம். இந்தக் கட்டற்ற எதிர்ப்பண்பாட்டை, நாம் நிலத்தையும் அடையாளத்தை யும் இழந்து மாநகரச் சேரிகளில் துயருறும் விளிம்புநிலை மக்களிடம்தான் காண முடியும். தமிழ் சினிமாவில் விளிம்புநிலை மக்களின் முகமூடியில் நம்பிக்கை இழந்த மத்திய வர்க்க இளைஞர்கள் திரிகிறார்கள் எனலாம். Gangs of Wasyapur போன்ற படங்களில் இந்த வாழ்க்கை ஒருவேளை நியாயமாக இருக்கலாம். ஆனால் தமிழ் சினிமாவில் குடிகாரர்களாக, காதலிலும் வன்முறையிலும் எந்த ஆழ்ந்த பிடிப்பும் அற்ற நம் ஹீரோக்கள் சித்தரிக்கப் படுவது மிகையானதுதான்.

தமிழ் மத்திய வர்க்க இளைஞனின் வாழ்க்கை எங்கே போவது எனத் தெரியாமல் முட்டி மோதி நிற்கிறது. அவன் விளிம்புநிலை முகமூடி அணிந்து குடியையும் காதலையும் கொண்டாடுவதாய் பாவனைகள் செய்து தன்னை ஏமாற்றுகிறான். இந்தப் பத்தாண்டு கால தமிழ் சினிமாவின் பாதை மாற்றத்தை நாம் இப்படியும் புரிந்து கொள்ளலாம்.

தமிழ் சினிமா பிரதிபலிக்கும் காதல் எதார்த்தம்

•••

சேரனின் மகள் தாமினியின் காதல் ஒரு பொது சர்ச்சையாக மாறினதும் எழுந்த முதல் கேள்வி காதலைக் கொண்டாடிப் படம் எடுக்கிற சேரன் எப்படித் தன் மகள் காதலை மட்டும் பிரிக்க நினைக்கலாம் என்பது. மேலோட்ட மாகத் தோன்றினாலும் இது ஒரு முக்கிய கேள்வியே.

சேரனின் படங்களுக்கு வருவோம். அவரது 'ஆட்டோகிராப்', 'பாரதி கண்ணம்மா' மற்றும் 'பொக்கிஷம்' போன்ற படங்களில் காதலியின் அப்பா சேரனைப் போன்றேதான் காதலுக்கு விரோதமாக நடந்து கொள்கிறார். ஆக சேரன் சினிமாவில் ஹீரோ, நிஜவாழ்க்கையில் வில்லனா? அல்ல. அவர் என்றுமே லட்சியக் காதலின் மகத்துவங்கள் பேசினது இல்லை.

தன் படங்களில் என்றும் சுயமாய்ச் சம்பாதிக்க முடியாது அவஸ்தைப்படுகிறவரின், வாழ்வில் அந்தஸ்தும் அதிகாரமும் இல்லாதவரின் காதல் வாழ்வு கடும் நெருக்கடிக்கு உள்ளாகிறதைத்தான் காட்டி இருக்கிறார். இது ஓர் அசலான தமிழ் மத்தியத் தர வாழ்க்கைப் பிரச்சினை. நேர்மாறாக மணிரத்னத்தின் படங்களில் காதலியால் எல்லாவற்றையும் சுலபமாய்த் தூக்கி எறிந்து காதலன் வீட்டுக்குப் பெட்டி படுக்கையுடன் வந்து எந்த எதிர்ப்பும் இன்றி வாழ ஆரம்பிக்க முடியும் ('இருவர்', 'ஆய்தஎழுத்து'). சேரனின் படங்களில் குழந்தைகள் வளர்ந்த பின்னும் பொருளாதார மற்றும் உணர்ச்சி ரீதியாகப் பெற்றோரைச் சார்ந்தே வாழ நேர்கிறது. அவர்களால் அந்த பந்தத்தை அறுத்து எளிதில் வர முடிவதில்லை.

சேரனின் நவீனமடையாத தமிழ்ச் சமூகத்தில் தனிமனிதர்கள் இல்லை. அங்கே மனிதர்கள் பொருள் சேர்ப்பதையும் குடும்பத்தோடு ஒட்டி வாழ்வதையுமே காதல் சுதந்திரத்தை விட முக்கியமாய் நினைக்கிறார்கள். அங்கே தன் மருமகளின் பிரசவத்துக்குச் சரியான நேரத்தில் வந்து பணம் தரும் கணவனின் அப்பாதான் கதாநாயகன் ('தவமாய் தவமிருந்து'). சமூகத்தையும் குடும்பத்தையும் மீறித்தான் காதல் ஏற்பட வேண்டும் எனும் நிர்பந்தம் வரும்போது காதலர்கள் தற்கொலை புரிகிறார்கள் ('பாரதி கண்ணம்மா'). ஒரு பக்கம் காதல் சுதந்திரம் பற்றிப் பேசுவதாய்த் தோன்றினாலும் சேரன் ஒரு கதைசொல்லியாக நடைமுறை எதார்த்தத்தை தான் கணக்கில் கொள்கிறார். இந்திய வாழ்வின் அத்தனை கசடுகளையும் உள்ளடக்கிய எதார்த்தம் அது.

குடும்பமும் அது சார்ந்த மிகை உணர்ச்சிகளும்தான் இந்தியச் சமூகத்தின் அடிப்படை அலகு. தமிழில் ஓரளவு நவீனமான கருத்துக்களைப் பேசுகிற ஒரே தொலைக்காட்சி நிகழ்ச்சி என 'நீயா நானா'வைச் சொல்லலாம். இந்நிகழ்ச்சி யின் வெற்றிக்கு ஒரு பிரதான காரணமாக அதன் இயக்குநர் ஒன்று சொன்னார்: 'குடும்ப விழுமியங்கள் மீது வைக்கும் அழுத்தம்.' தமிழ் ஊடகங்களில் குடும்ப விழுமியங்களை மறுத்து ஒருவர் வெற்றி கொள்வது அசாத்தியம் எனக் கூறினார். நம்முடைய நவீன இலக்கியத்திலும் குடும்பம்தான் பிரதானமான ஒன்றாக இருப்பதைக் காணலாம். கிட்டத்தட்ட நம்முடைய அத்தனை நாவல், கதைகளும் ஒரு வீட்டின் வாசலில் துவங்கி தெருமுனைக்குப் போய்த் திரும்ப ஒரு நடை வந்து முடிந்து விடும். இந்திய சினிமாவிலும் வெற்றி பெறும் இயக்குநர்கள் வலுவான குடும்ப செண்டிமென்ட் கொண்டவர்களாகவே இருக்கிறார் கள். இம்முறை சேரன் பிரச்சினையில் சினிமா உலகம் திரண்டு அவருக்கு ஆதரவளித்ததும், மீடியா அவருடன் கண் கசிந்ததும் இதே காரணத்தினால்தான். காதலனா தகப்பனா என்றால் நம்மில் பத்தில் ஒன்பது பேர் தகப்பன் என்போம்.

குடும்பம் மிகப் புராதனமான அமைப்பு. அது ஜனநாயக அமைப்புக்கு எதிரானது. இந்தியாவில் உள்ள கணிசமான பிரச்சினைகளை -- சிவில் அமைப்புகளின் தோல்வி, ஊழல், குடும்ப அரசியல், சாதி ஆகியவற்றில் இருந்து கௌரவக் கொலைகள் வரை - தீர்க்க முடியாததன் காரணம் குடும்ப அமைப்புதான். குடும்பம் வலியுறுத்தும்

விழுமியங்கள் ஜனநாயக உணர்வுகளுக்கு எதிரானது. நீங்கள் சமூகத்தில், அலுவலகத்தில் அல்லது தெருமுனை யில் ஒரு பிரச்சினையைப் பார்த்து அதில் தலையிடாமல் ஓடி வந்து விட்டால் அதற்கு ஒரே காரணமாக உங்கள் குடும்பத்தைத்தான் சொல்லுவீர்கள். சமூகத்தில் சமத்துவ மற்ற நிலையைப் பார்க்கையில் இதனால் நம் குடும்பமும் பயன்பெறுகிறதே என அமைதியாகிறோம். ஒரு கௌரவக் கொலை நடக்கையில், சாதிப் பிரச்சினை வருகையில் அதை எதிர்க்கத் தயங்குகிறோம் - ஏனென்றால் நம் குடும்பம் இந்தச் சமூகத் தீமையின் பின்னுள்ள அதே நியாயங்களால்தான் தக்க வைக்கப்படுகிறது. நாளை நம் தங்கையோ, மகளோ இன்னொரு சாதியில் காதலித்தால் நாமும் ராமதாஸின் அதே சொற்களில்தான் அதனைப் பழிக்கப் போகிறோம் என உணர்ந்துதான் அமைதியா கிறோம். அன்னா ஹசாரேவின் இயக்கத்தில் ஆவேசமாகக் கலந்து கொண்டவர்கள் அதற்கு முன்னரோ பின்னரோ லஞ்சம் கொடுத்ததில்லையா? வீட்டுக்கு வெளியே இருக்கையில் சிவில் உரிமைகள் பற்றி, ஜனநாயக லட்சியங்கள் பற்றி முழங்கும் இந்தியன் குடும்பத்திற்குள் சென்றவுடன் இதற் கெல்லாம் முற்றிலும் அந்நியமாகப் பேசத் துவங்குவான். நம் குடும்பம் அல்லது அதன் நீட்சியான சாதி பிழைக்க எந்த ஊழலும் பண்ணலாம், பொதுச் சொத்தை அழிக்கலாம், ஆனால் வெளியே வந்ததும் இதற்கு நேர் எதிராகப் பேசவும் செய்யலாம் என்கிற பாசாங்கு நம்மை இந்த நாட்டின் ஒரு பிரஜையாக என்றுமே உணர விடாமல் செய்கிறது. இதனால்தான் ஜனநாயகத்துக்கு எதிரானது எனக் குடும்பத்தை ஆரம்பத்தில் சொன்னேன். சேரனின் பிரச்சினை உண்மையில் காதலை எதிர்க்கிற விவகாரம் அல்ல - குடும்பமா தனிமனித உரிமையா என்கிற விவாதம்தான்.

காதலிப்பதை ஓர் உறவுநிலையாக அல்ல, ஒருவன் தன் குடும்பத்தைத் தானே சுயமாய் சமூகக் குறுக்கீடு இன்றி உருவாக்க முனையும் தனிமனித முயற்சியாகத்தான் பார்க்கவேண்டும். இங்குக் காதல் என்றுமே இருந்து வந்திருக்கிறது. ஆனால் காதலித்துச் சுயமாய்த் தன் குடும்பத்தைத் தோற்றுவிக்கும் உரிமை நவீன காலத்தில் தான் துவங்குகிறது. தனிமனிதன் என்கிற அடையாளமும் கூட ஒரு நவீன கருத்தாக்கம்தான். ஆக நாம் கற்பனை செய்து வைத்திருக்கிற காதல் என்பது தனிமனிதனிடம் இருந்துதான் தோன்ற முடியும். ஆனால் இந்தியாவில்

தனிமனிதனே இல்லை. அதனால் இங்கு முழுமையான காதலும் சாத்தியமில்லை எனலாம்.

இந்தியச் சமூகம் ஐரோப்பியச் சமூகத்தைப் போன்று தனிமனிதர்களால் ஆனது அல்ல. இங்குக் குடும்பத்தை மறுக்காமல் ஒரு சுதந்திரமான காதல் என்பது சாத்தியமே இல்லை. இதை ஆங்கில மற்றும் இந்தியக் காதல் படங்களின் அணுகுமுறை மாறுபாட்டைக் கொண்டு விளக்க முடியும். ஹாலிவுட் காதல் படங்களில் ஆரம்பத்தில் காதலுக்கு எதிரியாக அப்பாவோ அல்லது குடும்பமோ இருந்தது. பின்னர் நவீன ஹாலிவுட் படங்களில் ஒருநாள் சட்டென்று அப்பா வில்லன் காணாமல் போனார். காதல் நிறைவேறு வதில் உள்ள தடையை விடுத்து, காதலிப்பதில் உள்ள சிக்கல்கள், பரஸ்பர குழப்பங்கள், ஆளுமை பொருத்த மின்மைகள், ஒன்றுக்கு மேற்பட்டவர்களில் யாரைத் துணையாகத் தேர்வது போன்ற குழப்பங்கள் ஆகியவற்றை ஹாலிவுட் பேச ஆரம்பித்தது என்கிறார் ராபர்ட் மெக்கீ தனது 'ஸ்டோரி' என்கிற நூலில். அதாவது அப்பா காதலின் வில்லனாகாமல் இருந்தால் காதலுக்குக் காதலே எதிரியாக வேண்டிய நிலை ஏற்பட்டது.

டஸ்டின் ஹாப்மேன் நடித்த Graduate எனும் ஒரு பிரபலப் படம். ஒரு பணக்காரக் குடும்பத்துப் பையன். கல்லூரிப் படிப்பை முடித்துவிட்டு அடுத்து என்ன பண்ண எனக் குழப்பத்தில் இருக்கிறான். அவனுக்கு ஒரு குடும்ப நண்பரின் மகளை மணமுடித்து வைக்கத் திட்டமிடுகிறார் கள். அவனும் அவளைக் காதலிக்கிறான். ஆனால் காதலைப் பெண்ணின் அம்மா கடுமையாக எதிர்க்கிறார். காரணம் பையனைப் பிடிக்கவில்லை என்பதோ அந்தஸ்து குறைவு என்பதோ அல்ல. பெண்ணைக் கதாநாயகன் பார்க்கும் முன்னரே பெண்ணின் தாயாருக்கும் பையனுக்கும் ஒரு கள்ள உறவு ஏற்படுகிறது. பிறகு இருவரும் பிரிந்து விடுகிறார்கள். பின்னர் தன் மகள் அவனைக் காதலிக்கை யில் தாய் அவனை ஒழுக்கங்கெட்டவனாகப் பார்க்கிறாள். பொறாமையும் கோபமும் சேர்ந்து மூர்க்கமாக எதிர்க்கிறாள். அவரால் வெளிப்படையாக மகளிடம் காரணத்தைச் சொல்லவும் முடியவில்லை.

இப்படியான ஒரு காதல் கதையை இந்திய சினிமாவில் பேச முடியாது. கட்டற்ற காதல் ஏற்கப்படுகிற ஒரு சமூகத்தில்தான் இத்தகைய சிக்கல்கள் ஏற்படும் எனவில்லை.

இதை வெளிப்படையாக ஏற்காத இந்தியாவிலும் இதே கதை அன்றாடம் நடந்து கொண்டுதான் இருக்கும். ஆனால் கட்டற்ற காதலை ஏற்காத பட்சத்தில் இதை ஒரு பொது நீரோட்ட விவாதத்திற்குக் கொண்டு வர முடியாது. 'ஆதலினால் காதல் செய்வீர்' படம் உள்ளிட்ட பல காதல் படங்கள் குடும்பத்தின் வரையறைக்குள் நின்றுதான் காதலையும் அதன் பிரச்சினைகளையும் சித்தரித்துள்ளன. ஹாலிவுட் படங்களில் போல இங்குக் காதலுக்கு வில்லன் இல்லாத நிலை இல்லை. இங்கு இன்றும் அப்பாக்கள்தாம் காதலுக்கு வில்லன்கள். நாம் என்னதான் உலக சினிமா பாணியைப் பின்பற்றினாலும் பழைய கறுப்பு வெள்ளை ஹாலிவுட் காதல் கதைகளின் காலத்தில்தான் இன்றும் நிற்கிறோம். இது நம் சினிமாவின் குற்றம் அல்ல. உண்மைக் காரணம் ஒரு நவீன சமூகமாக நாம் அடைந்த தேக்கம்தான்.

சேரனைக் கடுமையாக விமர்சித்த இடதுசாரி அல்லது மாற்றுச் சிந்தனையாளர்கள் ஒரு லட்சியவாதத் தரப்பு மட்டும்தான். வணிக சினிமா என்னதான் லட்சியங்களைப் பேசினாலும் இறுதியில் பொது மக்கள் நம்புகிறதைத்தான் தீர்வாக முன்வைக்கும். அதனாலே இந்தியா குறித்த ஒரு சமூகவியல் குறுக்குவெட்டுச் சித்திரத்தை, மாற்றுச் சிந்தனையாளர்களின் படைப்புகளில் அல்ல, வணிக சினிமா சித்தரிப்புகளில்தான் காண முடியும். நம்முடைய சிறந்த காதல் படங்களின் ஒரு பட்டியலை எடுத்துப் பாருங்கள். அவை காதலின் துரோகம் அல்லது கைவிடலைச் சொல்லும் சோக காவியங்களாகத்தான் இருக்கும். ஹாலிவுட் படங்களைப் போல் இறுதிக் காட்சியில் பட்டவர்த்தமாகக் காதலியைக் கட்டிப்பிடித்து உதட்டைக் கவ்வி காதலை நிறைவடைய வைப்பதோடு நம் காதல் படங்கள் முடிவ தில்லை. நம்முடைய அமர காதல் காவியங்களைப் பார்க்கிற ஒரு வெளிநாட்டுக்காரருக்கு ஒருவேளை இந்தியாவில் யாரும் வெற்றிகரமாகக் காதலித்து வாழ்வதே இல்லையோ எனத் தோன்றும். ஆனால் அதுவல்ல எதார்த்தம்.

'துள்ளுவதோ இளமை'யில் இருந்து 'காதல்', 'ஆதலினால் காதல் செய்வீர்' வரை காட்டப்படுவது காதலித்துச் சேர்ந்து வாழ்வது மிகச் சிக்கலானது என நம் சமூகம் பொதுவாக நம்புகிறது என்றுதான். ஆனால் எதார்த்தத்தில் நகரங்களில் எத்தனையோ பேர் காதலித்து யார் ஆதரவும் இன்றிச் சுழகமாக வாழ்கிறார்கள். உண்மையில் ராம்தாஸால் கூட

காதல் திருமணங்கள் மரபான திருமணங்களைவிட அதிகமாகத் தோல்வியைத் தழுகின்றன எனப் புள்ளிவிவரத்துடன் நிரூபிக்க முடியாது. பல இளைஞர்கள் திருமணத்துக்கு முன்னரே பாலுறவைச் சுகிக்கிறார்கள் என்பதுதான் புள்ளிவிவரம். இவர்கள்தாம் மிகச் சாதாரணமாக இன்னொரு துணையைக் கண்டடைந்து மணம் புரிந்து வாழ்கிறார்கள். உண்மையில் சினிமாவில் காட்டுவது போல இன்றையத் தலைமுறைக்கு செக்ஸ் அத்தனை சிக்கலானது அல்ல. இன்றையத் தலைமுறைக்கு செக்ஸ் பல்வேறு பொழுதுபோக்குகளில் ஒன்று. சுசீந்திரன் தன் படத்தில் பேசுவது போன தலைமுறையைச் சேர்ந்த ஒரு கிராமத்து ஆளின் செக்ஸ் குறித்த அச்சங்களும் சஞ்சலங்களும் தான். ஆனாலும் சுசீந்தரனின் அச்சங்களும் குழப்பங்களும் நம் தமிழ்ச் சமூகத்துக்கு உள்ளவைதான். அதனால்தான் அப்படத்தை அறிவுஜீவிகளும் சமூக ஆர்வலர்களும் எதிர்த்தாலும் வெகுமக்கள் தரப்பு முழுமையாக ஏற்றுக் கொண்டது.

அதாவது நம் இளைய தலைமுறையை வர்க்கரீதியாய்ப் பிரித்தோமானால் மத்திய, கீழ்மத்தியத் தட்டைச் சேர்ந்த கணிசமான தமிழர்கள் இன்னும் போன தலைமுறையில் தான் இருக்கிறார்கள். அவர்களால் 'சூது கவ்வும்' என எளிதில் இந்தப் பிரச்சினையை ஒரு விளையாட்டாக எடுத்துக் கொள்ள முடியாது. அதனால்தான் அவர்கள் 'ஆதலினால் காதல் செய்வீரின்' முடிவை ஏற்றுக் கொள் கிறார்கள். அதனால்தான் அவர்கள் ராமதாஸின் காதல் நாடகம் எனும் சொல்லாக்கத்தை வெளிப்படையாக மறுக்கத் தயங்குகிறார்கள். உண்மையில் நவீன மாற்றுச் சிந்தனை யாளர்கள் சுசீந்திரன், ராமதாஸை அல்ல, இந்த மக்களைக் கண்டுதான் பதற்றப்பட வேண்டும். இந்த மக்கள்தாம் இந்தியா. இந்த மக்களின் பிரதிநிதிதான் சேரன்.

ஒருவன் தனிமனிதனாக அங்கீகரிக்கப்பட சுயசம்பாத்தியம் வேண்டும். அமெரிக்காவில் துரித உணவுக் கலாசாரத்தால் அது அறுபதுகளிலேயே நிகழ்ந்தது. கெ.எஃப்.ஸி, மெக்டவல்ஸ் போன்ற நிறுவனங்கள் கணிசமான அளவில் தம் கடைகளில் பள்ளிக் குழந்தைகளை வேலைக்கு அமர்த்தின. இக்குழந்தைகளுக்குத் தம் தேவையை நிவர்த்தி செய்யும் அளவுக்கான நல்ல சம்பளத்தைப் பகுதிநேர வேலை மூலம் நல்கின. இளமையில் சம்பாதிக்கிற ஒரு

சமூகம்தான் தன்னம்பிக்கையுடன் தன்னைத் தனிமனிதனாக அடையாளம் காண முடியும். ஆனால் இங்கு ஒரு நகரத்தில்கூட கல்லூரிச் சான்றிதழ் வாங்காத நிலையில் உள்ள இளைஞனுக்கு வெறும் நாலாயிரம் ரூபாய்தான் பகுதிநேரச் சம்பளமாகத் தருகிறார்கள். இங்கு ஐ.டி துறை நிலைப்பெற்ற பின்தான் பொருளாதாரச் சுதந்திரம் அடைந்த இளைஞர்கள் தோன்றினார்கள். அவர்களால் இருபத்தைந்து வயதுக்குள் சுயமாய் வீடு வாங்கிக் கல்யாணம் பண்ண முடிந்தது. ஆனால் அவர்கள் ஒரு சிறுபான்மைதான். இன்றும் கணிசமான தமிழ் இளைஞர் களுக்குக் காதல் என்ன, திருமணமே முப்பது தாண்டின பின்னரும் பகற்கனவாகத்தான் இருக்கிறது. தாமினி முதலில் அப்பாவுக்கு எதிராக வழக்குத் தொடுத்துப் பின்னர் இப்போது மீண்டும் அப்பாவுடன் போவதாகத் தெரிவித்திருப்பது ஒரு தனிமனிதராக அவர் அடைகிற சஞ்சலங்களைத்தான் காட்டுகிறது.

'பெத்தவன்' கதையில் இமயம் இதை அழகாகத் தொட்டுக் காட்டி இருப்பார். வருடக்கணக்காக அப்பெண் அப்பா மற்றும் ஊரின் எதிர்ப்பைத் தாக்குப்பிடித்துக் காதலனுடன் போகும் மன உறுதியுடன் இருப்பாள். ஆனால் அப்பா இறுதியில் காதலை ஏற்றுக்கொண்டு அத்தனை நகை பணத்தையும் கொடுத்து ஓடிப்போகச் சொல்லும்போது அப்பெண் காதலனை நிராகரித்து அப்பா போதும் எனத் தடாலடியாக மாற்றிக் கூறுவாள். அல்லது சாதி மக்கள் சொல்வது போல் விஷம் தந்து தன்னைக் கொன்று விடும்படி மன்றாடுவாள். ஏன் அப்படி? எதிர்ப்பின் முனையில் இருந்து தனிமனித உரிமையைக் கோருவது எளிது. ஆனால் எதிர்ப்பு கனிந்து ஒரு தனிமனிதனாக குடும்பமா சமூகமா அல்லது காதலா என முடிவெடுக்கும் தருணம் வரும்போது அந்த சுதந்தரத்தைப் பயன் படுத்துவது மிகமிகச் சிரமம். நம் பெண்கள் ஒட்டுமொத்தச் சமூகமா தனிமனிதனா என்றால் சமூகம் (அதாவது சாதி வழியிலான குடும்பம்) போதும் என்றுதான் பெரும் பாலும் முடிவு செய்வார்கள். (இளவசரன்) திவ்யாவும் தாமினியும் நீதிமன்றத்தின்முன் தம் தனிமனித உரிமையான காதலை விட்டுக் கொடுக்கத்தான் துணிந்தார்கள். கடும் சமூக அழுத்தத்தின் முன் கௌதம் மேனன் மற்றும் சசிகுமாரின் காதலர்களும் தராசின் இதே பக்கம்தான் சாய்கிறார்கள். ஒரு தனிமனிதனாக முடிவெடுக்கும்

வாய்ப்புக் கிடைத்தால்கூட அதை ஏற்பது மிகமிகச் சிரமம். குடும்பத்தை அறுத்தெறிவது, சமூகத்தை அறுத்தெறிவது ஓர் இந்திய மனதுக்கு எளிதல்ல. 'காதலுக்கு மரியாதை' என்பது காதலிக்கும் உரிமையை மீண்டும் சமூகத்திடம், சாதிக் கட்சியிடம், சமரச மத்தியவர்க்கக் குடும்ப அமைப்பு களிடம் வழங்குவதுதான். இந்தக் குழப்பமும் சிக்கலும் வேண்டாம் என்றுதான் இன்றையத் தலைமுறை பெரும் பாலும் சொந்தச் சாதிக்குள்ளே காதலித்து மணமுடித்து 'நாங்களும் காதலித்தோம் ஆனால் குடும்பத்தையும் எதிர்க்கவில்லை' என்று ரெண்டு போஸ்டிலும் கோல் போடுகிறார்கள்.

அடுத்து நாம் பெற்றோரின் பக்கம் இருந்து பார்ப்போம். சேரன் தன் மகளின் காதலன் ஒரு 'பொறுக்கி' என்பதால் எதிர்ப்பதாய்ச் சொல்லுகிறார். இது Graduate படத்தில் மாமியார் எடுக்கும் நிலைப்பாடுதான். நாயகன் தன்னைக் காதலிக்கும் வரை சரி, ஆனால் அவன் தன் மகளை மணப்பதை ஒருநாளும் ஏற்க முடியாது. அத்தருணம் அவன் 'பொறுக்கியாக' மாறி விடுகிறான். அப்படி என்றால் அவனுடன் உறவு கொண்ட மாமியார் பொறுக்கி இல்லையா? தாமினியின் காதலனான சந்துரு பண்ணியதாய்க் கூறுகிற குற்றங்களை எந்தத் தகப்பனும் பண்ணியதில்லையா? நாமெல்லாம் சாமியார்கள், மற்றவர்கள் 'பொறுக்கிகளா'? ஒரு பொறுக்கி (சேரனைச் சொல்லவில்லை) தகப்பனாய் இருக்கலாம், ஆனால் கணவனாய் வரக் கூடாதா? Graduate படத்தில் இறுதியில் காதலன் தன் அம்மாவுடன் உறவு கொண்டதை அறிந்தும் அவள் மன்னித்து அவனை ஏற்கிறாள். காதலில் இப்படி ஒரு குருட்டுத்தனம் உள்ளது. நம் தேர்வு எப்போதும் பிறருக்குத் தவறாகத் தெரியும். தம் பிள்ளைகள் எப்படித் தமக்குத் தப்பாகப் படுகிற ஒருவனை வாழ்க்கைத் துணையாகத் தேர்ந்தெடுக்கிறார்கள் என்பது பெற்றோர்களுக்கு ஒரு மீளாப் புதிராகவே இருக்கிறது.

சரி, ஒரு மோசமான ஆணை அல்லது பெண்ணைக் காதலிக்கத் தேர்ந்தெடுக்கும் உரிமை நமக்கு உண்டா? உண்டு, ஆனால் இல்லை என்றுதான் பதிலளிக்க முடியும். ஒரு பெண்ணுக்குத் தன் காதலன் வேறு சாதியைச் சேர்ந்த வனாகவோ, குடிகாரனாகவோ, உதவாக்கரையாகவோ இருப்பது ஏற்புடையதாக இருக்கலாம். அதே வேளை ஓர் அப்பா அல்லது அம்மாவுக்கு அந்த முடிவை எதிர்க்கிற

உரிமையும் உண்டுதான். ஏனென்றால் நாம் உளவியல் பூர்வமாக அப்பா அம்மாவைச் சார்ந்து தான் இறுதி வரை இருக்கிறோம். நம் குடும்ப அமைப்பும் வாழ்க்கை முறையும் அப்படிப்பட்டவை. காதலிக்கும்போது மட்டு மல்ல திருமணத்துக்குப் பிறகும்கூடப் பெற்றோரின் பங்களிப்பு ஏதாவது ஒரு விதத்தில் இருந்து கொண்டுதான் இருக்கும். 'பெத்தவன்' கதையில் அப்பெண் வளர்ந்த வளாக இருந்தாலும் ஒரே நொடியில் வருடக்கணக்கான போராட்டத்தை மறந்து தன் காதலனைக் கைவிடத் துணிகிறாள். உளவியல் பூர்வமாக அவள் என்றும் அப்பாவின் கைக்குழந்தைதான். அக்கதையில் இன்னொரு நுணுக்கமும் அழகாக இருக்கும். தன் பெண்ணைக் காதலனின் உறவுக்காரனுடன் அனுப்பிவிட்டு அப்பா காதலனுடன் செல்போனில் பேசுவார். அப்போது அவன் அழுவான். அவன் ஒரு போலிஸ் எஸ்.ஐ. அவனிடம் அப்பா சொல்லுகிறார், 'அழுவாத உங்க அப்பன் பேர காப்பாத்து' என்று. இரண்டு ஊரை மோத விடுகிற அளவுக்குத் துணிந்து காதலிக்கிற அந்த போலிஸ் அதிகாரி யான இளைஞனும் இதே போல் ஒரு கைக்குழந்ததான். அவனுடைய அடையாளம்கூடக் குடும்பத்தில்தான் இருக்கிறது. அவன் போலிஸ் வேலையில் பேர் வாங்குவது அல்ல, அப்பா பேரைக் காப்பாற்ற வேண்டியதுதான் பிரதானம். நம்முடைய குழந்தைகள் இப்படியான உளவியல் பொருளாதாரச் சார்பு நிலையில் இருக்கையில் பெற்றோர் காதல் முடிவில் தலையிடத்தான் செய்வார்கள்; அவர்களுக்கு அந்த 'உரிமை' உண்டுதான்.

இது மிகக் குழப்பமான ஒரு நிலை. ஒரு புறம் நாம் பொருளாதார ரீதியாக மேம்பட்டுக் கொண்டே இருக்கிறோம். இன்னொரு புறம் மிக அதிகமான வளர்ச்சியை அடைந்த உத்தரப்பிரதேசம் போன்ற இடங்களில்தான் காப் பஞ்சாயத்து கள் நடத்திக் கௌரவக் கொலைகளைச் சர்வசாதாரண மாகச் செய்கிறார்கள். பண்பாட்டு, உளவியல், அரசியல் அளவில் நாம் நவீனப்பட மிகவும் தயங்குகிறோம். தனிமனித உரிமை, குடிமைச் சமூகம் போன்ற கருத்தாக்கங் கள் நமக்கு மிகுந்த குழப்பத்தை ஏற்படுத்துகின்றன.

ஜனநாயக விழுமியங்களை நம்புகிறவர்களும் காதலை எதிர்ப்போர் எல்லாம் ராட்சசர்கள் என முரட்டுத்தனமாக நினைக்காமல் எதிர்த் தரப்பையும் புரிந்துகொள்ள முயல

வேண்டும். புரிந்து கொள்வதும் ஏற்பதும் வேறு வேறு. இந்த வித்தியாசம் புரிந்தால் சேரனை நாம் ஒரு காதல் எதிரியாகக் கருத மாட்டோம். எதிர்த்தரப்பைப் புரிந்து கொள்ளும் பட்சத்தில்தான் இங்கு ஒரு விவாதம் சாத்தியமாகும்.

காதல் திருமணத்தின் நன்மை தீமை பற்றிப் பேசுவது நம்மை எங்கும் கொண்டு போய்ச் சேர்க்காது. நம் குழந்தை களுக்கு எந்தளவுக்கு சுதந்திரம் தரலாம் என நாம் யோசிக்க வேண்டும். அப்பாவுக்குப் பொறுக்கியாகத் தெரிகிறவன் மகளுக்கு தேவனாகத் தோன்றலாம். இதில் எது உண்மை என்பதல்ல, ஒருவரைத் தம் நம்பிக்கைக்கு ஏற்றபடி முடிவெடுக்க எந்தளவுக்கு அனுமதிக்கலாம் என நாம் தீர்மானிக்க வேண்டும். பெற்றோர்கள் எடுக்கிற எத்தனையோ முடிவுகள் தவறாகப் போகின்றன. ஆக யாரும் இங்கு முழுக்கப் பிழையாகாத முடிவுகள் எடுக்க முடியாது. ஒரு குழந்தை சுயமாய் முடிவெடுத்துத் தவறாகப் போவதற்கும் நாம் அனுமதிக்கலாமே! வளர்ந்தபின் நம் குழந்தைகள் முழுக்கத் தனிமனிதர்களும் அல்ல, குழந்தைகளும் அல்ல. இடைப்பட்டுத் தலைப்பிரட்டை போல் இருக்கிறார்கள். இந்தச் சமூகம் முழுக்க நவீனப்படும் வரை அவர்களுக்குப் பெற்றோரின் ஆதரவும் வேண்டும், சுயமாய் முடிவெடுக்கவும் வேண்டும். அதை எப்படிச் செய்ய என்று உங்களுக்கும் புரியவில்லை, அவர்களுக்கும் தெரியவில்லை.

உண்மையில் இச்சமூகத்தில் காதலிப்பதுதான் மிக மிக எளிது. காதலிப்பதைத் தவிர வேறு எல்லாம் ரொம்ப ரொம்பக் குழப்பம். காதலித்த பின்தான் நாம் அதை உணர்கிறோம்.

மதுரைக்காரப் படங்களும்
சாதியப் பண்பாட்டு வறுமையும்

•••

மதுரைக்கார படங்களில் வன்முறை ஒரு போர்னோ இணையத்தளத்தில் வருவது போல் விதவித வடிவங்கள் எடுக்கிறது. ஒவ்வொன்றும் தம் விகார வகைமையால் நம்மை வியப்புறவும் ரசிக்கவும் அருவருப்படையவும் வைக்கின்றன. மதுரைக்கார வன்முறைப் பண்பாடு கணிசமான வணிக வெற்றியும் கண்டுள்ளது. மக்கள் விரும்புகிறார்கள். கலை ரசிகமணிகளும் அதன் எதார்த்தத்தை மெச்சுகிறார்கள். மதுரைக்கார இயக்குநர்கள் 'எங்க மதுரை நிஜத்தில் இதைவிட நூறு மடங்கு வன்முறை யானது' என்று கிலி காட்டுறார்கள். ஆனால் மதுரைக்கு நேரில் போய் வருபவர்கள் ஏன் சினிமாவில் பார்ப்பது போல் நிஜ மதுரை இல்லை என்று புகார் தெரிவிக்கிறார்கள். விமர்சனமுகமாக ஒரு சாரார் 'மதுரைக்கார இயக்குநர்கள் தம் இளம்பிராயத்தில் பார்த்த மதுரையைத் திரும்பத் திரும்பப் படமாக எடுக்கிறார்களே ஒழிய அவர்களுக்குச் சமகால மதுரை தெரியாது' என்கிறார்கள். ஏன் இவ்வளவு முரண்பாடு?

மதுரைக்காரப் படங்களை மேலும் குறிப்பாய்த் தேவர் சாதிப் பண்பாட்டுப் படங்கள் எனலாம். 'தேவர் மகன்', 'விருமாண்டி', பாலாவின் அனைத்துப் படங்கள், 'பருத்திவீரன்', 'சண்டைக்கோழி', 'சுப்பிரமணியபுரம்', 'சுந்தரபாண்டியன்', 'வெயில்', 'அரவான்' உள்ளிட்ட பல பிரபல தேவர்சாதிப் படங்களைக் குறிப்பிடலாம். இதில்

கவனிக்க வேண்டிய இரு விசயங்கள் உள்ளன. ஒன்று தேவர் பண்பாட்டுப் படங்களைத் தேவரல்லாதவர்களும் எடுத்துள்ளனர். இது, பொதுவாகத் தேவர்களின் வன்முறையைச் சித்தரிக்கும் அல்லது கொண்டாடும் படங்களுக்குப் பரவலான மவுசு உள்ளதைக் காட்டுகிறது.

இத்தாலிய மாபியா படங்களை இவ்விதத்தில் தேவர் வன்முறை பேசும் படங்களோடு ஒப்பிடலாம். 'காட் பாதர்' படத்தின் வரிசையில் வந்த மாபியா படங்கள் புலம்பெயர் இத்தாலியர்கள் குறித்த பரவலான அச்சத்தை அமெரிக்க மக்களின் ஆழ்மனத்தில் பதிக்க உதவியதாகச் சொல்லப் படுகிறது. தேவர் சாதி வன்முறைப் படங்களுக்கு அந்த நோக்கம் உள்ளதா என்ற கோணத்தில் ஏற்கெனவே விரிவாக விவாதிக்கப்பட்டுள்ளது. நேரடியாக வன்முறையைத் தூண்டவும் அடக்குமுறை செலுத்தவும்தான் இவ்வகைப் படங்கள் எடுக்கப்படுகின்றன என்பது எளிமைப் படுத்தலாகவே முடியும். ஆனால் மதுரைக்காரப் படங்களில் தேவர் வன்முறைக்கான நியாயப்படுத்தல்கள் ஏகத்துக்கும் உள்ளனதாம்.

'காட்பாதர்' படத்தை உல்டா செய்து தமிழில் முக்கியமான இயக்குநர்கள் ஒரு படமாவது எடுத்திருப்பார்கள். ஏன் 'காட்பாதர்' கதைவடிவம் மற்றும் கரு நமக்கு இவ்வளவு ஈர்ப்புடையதாக உள்ளது எனக் கேட்க வேண்டும். முக்கியக் காரணம், சூழலால் மனித இயல்பு தீர்மானமாவதில்லை, மாறாக அது மரபியல்ரீதியாக வருகிற ஒன்று என அப்படம் சொல்கிறது. 'காட்பாதரில்' நாயகன் மைக்கேல் தன் அப்பாவான மாபியா தலைவர் விட்டோ கார்லியோனோவில் இருந்து தன்னை மாறுபட்டவனாகக் கருதுகிறான். குற்றமற்ற, மென்மையான நாகரிகமான வாழ்வை விழைகிறான். ஆனால் மக் கிளஸ்கி எனும் ஒரு போலிஸ் அதிகாரி அவனது முகவாய் எலும்பை உடைக்க அச்சிறு சம்பவம் அவனது மன அமைப்பை முழுக்க மாற்றுகிறது. அதுவரை பார்க்க கண்ணியமாகத் தோன்றிய அவனது முகம் இப்போது தன்னியல்பாகவே கொஞ்சம் ஒரு பக்கம் வீங்கித் தோன்றுகிறது. அது அவனது மனமாறுதலுக்கான உருவகம் தான். அந்தத் தாக்குதல் அவனுக்குள் 'தூங்கிக் கொண்டிருந்த சிங்கத்தைத் தட்டி எழுப்புகிறது.' பிறகு அவன் தன் தந்தையையிடக் கொடூரமான, கறாராகத் தர்க்கரீதியாக

மட்டும் சிந்திக்கும் ஒரு மாபியா தலைவனாகிறான். தன் சகோதரியின் கணவனைத் தாட்சண்ணியமில்லாமல் கொல்லும் அளவுக்குப் போகிறான். தமிழக இயக்குநர்கள் இந்த 'கறாரான தர்க்கத்தின் வன்முறை' மற்றும் 'விழுமியங்களைத் துறந்த ஒருவனின் பாவங்கள்' ஆகிய பேசுபொருட்களை விட்டுவிட்டு 'சிங்கம் தட்டி எழுப்பப்படுவதை' மட்டும் எடுத்துக் கொள்கிறார்கள். அவர்களுக்குத் தமது சாதியத்தின் நியாயத்தை உறுதிப்படுத்த அது நல்ல ஒரு சூத்திரமாக இருக்கிறது. (தேவர்கள் மட்டுமல்ல, இந்தியர்களே பொதுவாக ஒருவரின் சுபாவம் தந்தை வழியாகத்தான் வரும் என்று உள்ளூர நம்புகிறவர்கள் என்பதையும் இங்குச் சொல்லியாக வேண்டும். அதனால்தான் காட்பாதர் பல இந்திய மொழிகளில் வெற்றிகரமாகத் திரும்பத் திரும்ப எடுக்கப் பட்டு வருகிறது.)

நமது சாதியத்தின் வரலாறு நிலப்பிரபுத்துவ வன்முறை யின் வரலாறும்தான். வன்முறையை நியாயப்படுத்தாமல் நீங்கள் சாதிய மேலாண்மையையும் நியாயப்படுத்த முடியாது. அதனால்தான் மைக்கேலின் பாத்திரத்தில் இருந்து ஏகப்பட்ட சிங்கங்கள் 'தேவர் மகனில்' இருந்து 'சண்டைக்கோழி' உள்ளிட்ட சமீபத்திய படங்கள் வரை புறப்பட்டு வந்துகொண்டே இருக்கின்றன.

அடுத்த கவனிப்புக்குரிய விசயம் இன்றையத் தேவர் சமூகம் வேல்கம்பு அருவா சமூகம் அல்ல என்பது. அரசியல் தலைமையில், அரசு பதவிகளில், காவல் துறையில், சினிமாத் துறையில், தனியார் ஐ.டி வேலைகளில் என அவர்களில் கணிசமானோர் வலுவாகக் காலூன்றி, அச்சமூகம் இன்று 'முன்னேறிய சமூகமாக' மாறி உள்ளது. முன்னொரு காலத்தில் அவர்கள் கள்வர்களாக, மதுரை நகரின் காவலர்களாக, போர்ப்படை வீரர்களாக இருந்திருக் கலாம். ஆனால் இன்று வன்முறை அவர்களுக்குக் காலப் பொருத்தமற்ற, தேவையற்ற ஒரு பண்பு. நிலப்பிரபுத்துவ வாழ்க்கைமுறையில் உள்ளவர்களைத் தவிரப் பிறருக்குத் தேவையில்லாதது. கல்லூரியில் எனக்கு ஒரு தேவர் சாதி நண்பன் இருந்தான். அவனுக்குத் தேள்கொட்டினால் விஷம் ஏறாது. எனக்கு அச்செய்தியை முதன்முறை கேட்டதும் தமாஷாக இருந்தது. காடுமலைகளில் காவலிருக்க நேர்ந்த

ஒரு பழங்காலத்தில் அந்த மரபியல் கூறு அவனுக்குத் தேவைப்பட்டிருக்கலாம். ஆனால் இன்று அது பெண்களுக்கு மீசை போலத்தான். இருந்தும் சமகால வாழ்வில் காட்டுமிராண்டித்தனமாகக் கருதப்படுகிற, தம் தொழிலுக்கு இன்று அவசியப்படாத வன்மம், வீரம் போன்றவற்றைத் தேவர்கள் ஏன் பண்பாட்டு அடையாள மாக முன்னிறுத்துகிறார்கள்? பெண்ணுக்கு எதற்கு மீசை?

மனிதர்கள் தாம் வாழ்கிற காலத்தில், சூழலின் பண்பாட்டை ஏற்பதுதான் ஆரோக்கியமானது. ஆனால் நாம் எதார்த்தத்தில் பார்ப்பது முற்றிலும் மாறுபட்ட போக்கு. பொதுவாக இந்தியர்கள் இரட்டை வாழ்க்கை வாழ்கிறார்கள். இருபத் தோராம நூற்றாண்டில் வாழ்ந்தபடி 15ம் நூற்றாண்டு வரலாற்றுப் பண்பாட்டைச் சிலாகித்துக் கொண்டிருப்பார் கள். அவர்களுக்குக் கற்பனையில் எப்போதும் பின்புறம் ஒரு வால் ஆடிக் கொண்டிருக்கவேண்டும். அது அவர்களுக்குச் சமகால வாழ்வின் அடையாள நெருக்கடிகளில் இருந்து ஒரு சின்ன ஆறுதல் அளிக்கும். மதுரைக்காரப் படங்களில் தோன்றும் சுந்தரபாண்டியன்கள் நடைமுறையில் இன்றையத் தலைமுறை தேவர்களின் பிரதிநிதிகள் அல்ல. ஆனாலும் அவர்கள் கலாசார ரீதியாகத் தம்மை இந்த வீரம்செறிந்த ரத்த வரலாற்றோடு பிணைத்துக் கொள்ள விரும்புகிறார்கள். தம்முடைய சாதி வரலாற்றில் இருந்து அவர்களால் துண்டித்துக் கொள்ள முடியாதுதான். ஆனால் அவர்கள் அவ்வரலாற்றைச் சமகால விழுமியங்களோடு பரிசீலிக்காமல் அபத்தமாக சேப்பியா டோனில் நினைவேக்கப் படங்களாக எடுத்துத் தமக்குத் தாமே சிலிர்த்துக் கொள்கிறார்கள் என்பதுதான் பரிதாபகரமானது. அது அவர்களின் பண்பாட்டு வெற்றிடத்தைத்தான் காட்டுகிறது. சமீப காலங்களில் வந்து குவியும் மதுரைக்காரப் படங்களின் அடிப்படை நோக்கம் வியாபாரத்துக்கு அடுத்த படியாய்த் தேவர் சாதி கதையாடலை மீளுருவாக்குவது தான்.

இந்தப் பண்பாட்டு முரண்பாட்டை நாம் தேவர் புகழ் படங்களில் அடிக்கடி கேலிக்குள்ளாகும் பிராமணர்களிடம் தான் அடுத்து இதே போன்ற தீவிரத்துடன் பார்க்கிறோம். பிராமணர்கள் நடைமுறையில் மிக மிக லௌகீக மானவர்கள். அவர்களின் முக்கிய முனைப்பே எப்போதும்

பணம் சம்பாதிப்பதும் அதிகாரத்தை அடைவதுமாகத்தான் இருக்கும். ஆனால் பிற வியாபார சாதிகளைப் போல தம் லௌகீகத்தை அவர்கள் வெளிப்படையாக ஏற்க மாட்டார்கள். பூஜை, புனஸ்காரம், இசை, நடனம், எழுத்து என எல்லாப் பண்பாட்டு நிலையிலும் ஆன்மிகத்தில் ஊறுவார்கள். தொடர்ந்து பற்றற்ற நிலையைச் சிலாகிப்பார்கள். ஆனால் இத்தனையும் பெயரளவில் தான். பிற சாதிகளோடு ஒப்பிடுகையில், அரசியல், கலகம், தியாகம் போன்ற சுய ஆபத்து உள்ள பணிகளில் அவர்கள் தம்மை ஈடுபடுத்தாமல் கவனமாகத் தவிர்ப்பார் கள். அந்தந்தக் காலகட்டத்தில் எது சுயமுன்னேற்ற வாய்ப்பு அதிகமுள்ளதோ அதைப் பயன்படுத்திப் பொருளாதார அளவில் தாம் முன்னிலையில் உள்ளதை உறுதிப்படுத்திக் கொள்வார்கள். பிரிட்டிஷார் காலத்தில் குமாஸ்தாவில் இருந்து தாசில்தார் வேலை வரை, சுதந்திர இந்தியாவில் அரசுப் பதவிகள், பின்னர் ஐ.டி வந்ததும் அத்துறை, இதனிடையே அரசியலில் தம்மை பாதுகாத்துக் கொள்வதற்காக ஊடகங்கள் எனத் தொடர்ச்சியாக ஒவ்வொரு துறையாகக் கையகப்படுத்தி சதா லௌகீகக் கவனம் மிக்கவர்களாக இருக்கும் அவர்களின் கலாசாரமோ, பணத்தை விட்டொழி, உலக வாழ்க்கையைத் துறந்து விடு எனக் கூறிக் கொண்டிருக்கும். பிராமணர்களின் திருமணத்தில் காசிக்குப் போகும் மாப்பிள்ளையை மாமனார் தடுத்துத் தன் மகளை அளிக்கும் சடங்கு ஒன்று உள்ளதை அறிவோம். நிஜவாழ்க்கையிலும் அவர்கள் காசிக்குப் போவதாய்ச் சும்மாதான் பாவனை பண்ணிக் கொண்டிருப்பார்கள். வடக்கில் மார்வாரி ஜெயின்களிடமும் நாம் இதே மதவாத முரண்பாட்டைப் பார்க்கலாம். பணத்தில் புரளும் வியாபாரிகளான அவர்கள்தாம் பிராமணியத்துக்கும் இந்துத்துவாவுக்கும் நெருக்க மானவர்களாக இருந்து குஜராத்தில் மோடியை மீண்டும் மீண்டும் அரியணைக்குக் கொண்டு வந்தவர்கள்.

அடுத்து இந்தப் பிளவுமட்ட மனநிலையை நாம் கேரள நாயர், மேனன்களின் சினிமாச் சித்தரிப்புகளில் பார்க்கலாம். மலையாள நாயர்கள் ஒரு காலத்தில் படைவீரர்களாக, தளபதிகளாக, நிலப்பிரபுக்களாக இருந்தார்கள். பிராமணர் களுக்கு இணையாக அக்காலத்தில் சாதிக்கொடுமை களைத் தலித்துகள் மீது இழைத்தார்கள். பின்னர் இந்தியா

சுதந்திரம் பெற்று நவீனப்பட்ட காலத்தில் அவர்கள் சொத்துக்களை இழந்து வாழ்வு நிலை நலிவுற்று ஊர் ஊராக டி ஆற்றும் தொழில் செய்ய ஆரம்பித்தார்கள். இன்று அவர்கள் எல்லா மட்டத்திலும் வேலை செய்து பழைய கம்பீரம், அந்தஸ்து, மதிப்பு, அதிகாரம் இல்லாமல் வாழ்கிறார்கள். தமிழகத்தில் போல் அல்லாமல் கேரளாவில் தாழ்த்தப்பட்ட சமூகங்கள் வெகுவேகமாக வளர்ந்து உயர்சாதியினராக நாயர்களைவிட முன்னேறி, இன்று அரசியல், பொருளாதாரம், கலை ஊடகங்கள் அனைத்திலும் சம பிரதிநிதித்துவம் கோரும், ஆதிக்கம் செலுத்தும் நிலையில் உள்ளன. தமிழில் போலன்றி மலையாள சினிமாவில் கிறித்துவ, இஸ்லாமிய இயக்குநர்கள் இந்துச் சமூகத்தை பற்றியல்ல, தத்தம் சமூகம் பற்றியே படம் எடுப்பார்கள். தமிழில் போலன்றி அங்கு சிறியன் கிறித்துவப் படங்களில் நாயர்கள் வில்லனாவதும் நாயர்களின் படத்தில் சிறியன் கிறித்துவர்கள் வில்லனாவதும் எனச் சாதி தாக்குதல்கள் நேரடியாகவே நடக்கும். இதை ஒரு சமீபத்திய போக்கு எனத்தான் சொல்ல வேண்டும். அதற்குமுன் சினிமாவில் நாயர் ஆதிக்கம்தான் அதிகமாக இருந்தது. கிறித்துவர்களின் அடையாளமும் வலுப்பெறத் தொடங்கி வந்த கட்டத்தில் நாயர்கள் நம்மூர் மதுரைக்கார வீச்சருவா தேவர் போன்றொரு புராதனப் பாத்திரத்தைக் கண்டெடுத்தார்கள். அது 'தேவாசுரம்' படத்தின் நாயகனான மங்கலசேரி நீலகண்டன். மோகன்லாலுக்கு ஒரு புதுத் தோற்றமும் பண்பாட்டு அடையாளமும் உருவாக்கித் தந்த பாத்திரம் அது.

நீலகண்டன் நிலப்பிரபு, கலாரசிகன், கனிவானவன், நல்லவன், ஆனாலும் முரடன், ரவுடி. பழங்கால நாயர் தொன்மத்தின் வன்மமும், பிற்காலக் கேரளச் சமூகத்தின் அறிவியக்கம், கலாபூர்வப் பண்பாடு ஆகியற்றின் அபூர்வ இணைவு அவன். முறுக்கின மீசையும், மடித்துக் கட்டிய வேட்டியுமாகத் தெருச்சண்டை போடும் அவன்தான் வாசிப்பும் இசையறிவும் கொண்டவனாகவும் இருக்கிறான். இந்தப் பாத்திரம் கேரளச் சமூகத்தின் மனதின் ஆழத்தில் போய் ஓர்ஆணி போல் பதிகிறது. குறிப்பாகச் சொத்துக் களையும் சமூக அந்தஸ்தையும் இழந்து இருப்பற்றுத் தவித்துக் கொண்டிருந்த நாயர்களுக்குத் தம் பண்பாட்டுப் பெருமிதத்தை மீட்டெடுப்பதற்கான ஓர் அரிய வாய்ப்பாக

இது பட்டது. அவர்கள் இந்த மீசை முறுக்கிச் சண்டை போடும், துர்விதியால் தன் பாரம்பரியச் சொத்துக்களை இழந்து சீரழியும் நீலகண்டனின் பாத்திரத்தில் தம்மைப் பார்த்தனர். அவர்கள் மோகன்லாலைத் தம்முடைய கலாசாரப் பிரதிநிதியாகத் தேர்ந்தெடுத்தனர். பின்னர் இதே வார்ப்பில் மீசையைத் திருகிவிட்டு யார் மார்பிலாவது ஏறி மிதிக்கும் பாத்திரத்தில் மோகன்லால் 'ஆறாம் தம்புரான்', 'ராவணப்பிரபு' போன்ற ஏகப்பட்ட படங்களில் நடித்தார். மோகன்லாலின் சிறந்த படங்களின் வரிசை 'கிரீடம்' துவங்கி இந்த நிலப்பிரபுத்துவ ரவுடிப் பாத்திரத்தை 'தேவாசுரம்' படத்தில் ஏற்பதுடன் முடிகிறது. பிறகு அவர் நடித்தது எல்லாம் இதுபோன்ற மலிவான சாதி உணர்வு கிளர்த்தும் பிரபலப் படங்களில்தான். மோகன்லாலுக்குப் பிறகு அவரைக் காப்பி அடித்து நடித்து நட்சத்திர நடிகராக உயர்ந்த திலீப்புக்கும் மங்கலசேரி நீலகண்டனின் வார்ப்பில் ஒரு பாத்திரம் கிடைத்தது - 'மீசை மாதவன்.' அதில் திலீப் ஒரு நலிவுற்ற, தன் வீட்டுப் பத்திரத்தை பணயம் வைக்க நேர்ந்த 'தறவாட்டை இழந்த' நாயர் குடும்பத்து இளைஞன். அவன் குடும்பத்தைக் காப்பாற்றத் திருடனாகிறான். பணக்காரர்களிடம் இருந்து கொள்ளை யடித்துத் தன் வீட்டுப்பத்திரத்தை மீட்க முனைகிறான். அவன் மீசை முறுக்குகிறான் என்றால் ஏதாவது ஒரு வீட்டில் திருடப்போகிறான் எனப் பொருள். திலீப் இப்படத்துடன் மோகன்லாலின் வாரிசு ஆனார்.

ஆனால் ஒரு சமூகம் தன் பண்பாட்டுச் சிக்கலை ரொமாண்டிக் பெருமிதம் மூலம்தான் எதிர்கொள்ள வேண்டும் என அவசியம் இல்லை. அதைக் கறாராக நேர்மையாக உளவியல்பூர்வமாகவும் அலசலாம். அதன் மூலம் சமகாலத்துக்கான பாடங்களை அடையலாம். மலையாள நாயர் சமூகச் சிக்கல்களை அவ்வாறு அடூர் கோபாலகிருஷ்ணன் தன் 'எலிப்பத்தாயம்', 'கதாபுருஷன்' ஆகிய படங்களில் ஆராய்ந்தார். ஒரு நவீன நாயரை, எலிப்பொறியில் மாட்டிக்கொண்டு அதனையே தனது உண்மையான வீடு எனக் கற்பனை செய்து வாழும் எலியுடன் ஒப்பிட்டு அவனது இருப்பின் அபத்த நிலையைக் காட்டினார். மதுரைக்காரத் தேவர் படங்கள் பயணிக்க வேண்டிய திசை உண்மையில் இதுதான்.

ஆனால் மதுரைக்காரப் படங்கள் வன்முறையை நவீன மனத்துடன் எதிர்கொள்ளாமல் அதன் பல்வேறு திரிக்கப் பட்ட வடிவங்களைத் தொடர்ந்து சித்தரித்துத் தமிழகப் பார்வையாளர்களை ஒரு சாடிஸ ரசனை மனநிலைக்குள் கொண்டு போகின்றன. 'தேவர் மகன்', 'சண்டைக்கோழி' போன்ற படங்களில் இந்த வன்முறை சாதிகளுக்குள் அல்லது பங்காளிகளுக்கு இடையிலான மோதல் என்கிற நியாயப்படுத்தலுடன் வந்தது. ஆனால் பாலா இதனை ஓர் ஆபத்தான நிலைக்கு எடுத்துச் சென்றார் - அவர் வன்முறையை ஆன்மிகத்துடன் இணைத்தார். 'பிதாமகன்' படத்தில் சமூகத் தீங்குகளை அழிப்பதற்கான வன்முறையைக் காட்டியவர் 'நான் கடவுள்' படத்தில் ஆன்மிக விடுதலைக்கு, முக்திக்கு வன்முறை ஒரு மார்க்கம் எனக் காட்டினார். அழிவுக் கடவுளான சிவனின் தொன்மத்தை நினைவுபடுத்துவதன் மூலம் அவர் ஒரு குளறுபடியான ஆபத்தான நியாயவாதத்தை முன்வைக்கிறார். 'நந்தா'வில் குற்றம் செய்பவர்களை அழிக்க ஒவ்வொரு காலத்திலும் தான் தோன்றுவேன் என ஒரு தாதாவை கிருஷ்ணனின் பகவத் கீதை கூற்றை மேற்கோள் காட்ட வைத்தவர், 'நான் கடவுள்' படத்தில் தீயவர்களின் செயலால் வேதனையில் தவிக்கும் பாவிகளைக் கொல்வதும் ஆன்மிகம்தான் என்று நாசிச சித்தாந்தத்தை நியாயப்படுத்தினார். ஆனாலும் பாலாவின் படங்கள் வெற்றி பெறுவது இந்தக் குதர்க்கமான ஆன்மிகவாதத்துக் காக அல்ல. பாலா ஒரு தூய மிருகநிலையிலான வன்முறையை முதன்முறை தமிழ் சினிமாவுக்குக் கொண்டு வந்தார்.

தமிழ் சினிமாவில் பொதுவாக ஹீரோ சண்டை போடுவது நாயகியைக் காப்பாற்ற, தீமையை அழிக்க அல்லது குடும்பத்துக்காகப் பழிவாங்கத்தான். இந்த லட்சியவாதம் அல்லது உணர்ச்சிபூர்வ ஈடுபாடு இல்லாமல் வன்முறைக் காக வன்முறையில் ஈடுபடுவதை தேவர் படங்கள்தான் முதன்முறை தமிழ் சினிமாவுக்குக் கொண்டுவந்தன. 'தேவர் மகன்' நாசர் பாத்திரம் இறுதிக் காட்சியில் கமலோடு சண்டை போடுவது தன்னுடைய வன்முறை விருப்பத்துக்காகத்தான். மற்றபடி இருவருக்கும் குறிப்பிடும்படியான எந்தப் பகையும் இல்லை. கமலும் அவரைப் பழிவாங்குவதற்காகக் கொல்லுவதில்லை. சண்டையின் உக்கிரத்தில் அவருக்குள் இருந்த 'தேவன்'

வெளிப்பட்டு எதிரியின் தலையை வெட்ட வைக்கிறது. சண்டையில் ஜெயித்த மறுநொடி அவருக்கு தன்னுடைய வன்முறை அத்தனையும் வீண் எனப் புரிகிறது. ஆனால் வன்முறை போதைக்கு அடிமையாகிய கணமொன்றில் தன் பங்காளியின் தலையைச் சீவி விடுகிறார். இந்தச் சண்டைக்காகச் சண்டையிடும் வன்முறையின் போதையைத் தான் பாலா தன் படங்களில் தத்ரூபமாக National Geographic பாணியில் சித்தரித்து வெற்றி பெற்றார்.

இந்தத் தூய வன்முறையின் அழகியல் நம் மனதை எளிதில் கிளர்த்துவது. ஏனென்றால் வன்முறைக்கு உண்மையில் எந்த நோக்கமும் இல்லை. மனிதன் கொல்லும்போது கிடைக்கும் மனக்கிளர்ச்சிக்காகத்தான் கொல்லுகிறான். ஒவ்வொரு மனிதனுக்குள்ளும் வன்முறை தாண்டவம் ஆடும் ஆசை உள்ளது. இந்தத் தூய மதுரைக்கார வன்முறைக்கு பாலா முதலின் நாயின் வடிவம் கொடுத்தார். பின்னர் நரமாமிசம் உண்ணும் அகோரி ஆக்கினார். ஏனென்றால் ஒரு மனிதனுக்குத் தன் வன்முறையை ரசிப்பதற்கு விழுமியங்கள் தடையாக உள்ளன. அவரது நாயகர்கள் மிருகங்கள் ஆனார்கள். இந்த மிருக வன்முறையைத் தமிழர்கள் ஒட்டுமொத்தமாக ஏற்றுக் கொண்டார்கள். இன்று பாலா பார்வையாளனை மேலும் மேலும் முகம் சுளிக்க, மனம் பதற வைக்கும்படியாக வன்முறையை எப்படிக் காட்டுவது என யோசித்து வருகிறார். அவரது படங்களில் இறுதிக்காட்சிவரை வில்லன் மக்களை விதம் விதமாகச் சித்திரவதை செய்து கொல்ல, அதற்குப்பின் வரும் பதினைந்து நிமிடங்களில் வில்லனை நாயகன் சித்திரவதை செய்து கொல்வான். 'பிதாமகன்' படத்தில் விக்ரம் வில்லனின் கழுத்தைக் கடித்துவிட்டு திருப்தியில் வான் பார்க்கும் காட்சி நினைவிருக்கும். அதை ஒரு சிறுபத்திரிகை விமர்சகர் சிலாகித்து 'அனுபூதி' என விவரித்தார். ஆனால் இது வெறும் சாடிஸம் அல்ல. சடங்குரீதியான வன்முறை. ராணுவத்தினர் எதிரிகளை தோலை உயிருடன் உரித்துச் சிறுகச் சிறுகக் கொல்வதைப் போன்றது அது. மனிதனுக்கு இன்னொருவனை இப்படிக் கொல்லாமல் கொல்வதில் ஒரு சுகம் உள்ளது. பாலாவின் கண்டுபிடிப்பு போர்க்கள சாடிசக் கிளர்ச்சி மனநிலையை சினிமா அரங்கிலும் தோற்றுவிக்கலாம் என்பதுதான். அதன்

உச்சகட்டமாகத்தான் அவர் வெளியிட்ட 'பரதேசி' படம் உருவாக்கத்தின் ட்ரைலர் இருந்தது. அதில் படப்பிடிப்பின் போது நடிகர்கள் நிஜமாகவே கம்பால் விளாசப்படுவது, அதை எல்லாம் பார்த்து பாலா சிரிப்பது போலக் காட்டப் பட்டிருந்தது. கடுமையான கண்டங்களை ஊடகங்களில் உருவாக்கியது அது. இந்த டீசர் இயக்குநராக பாலாவின் தனிச்சிறப்பைக் காட்டுகிறது எனக் கோரும் அவரது ரசிகர்களும் இருக்கிறார்கள். சினிமாவைக் கடந்து ஒரு ரியாலிட்டி ஷோவைப் போல தன் வன்முறையை நகர்த்த பாலா இன்று முனைகிறார். அதற்கு எண்ணற்ற ரசிகர்கள் இருப்பது அவருக்குத் தெரியும்.

'தேவர் மகன்' இறுதிக் காட்சியில் நாசரின் தாய் அவரது பிணத்தை ஏந்தியபடி 'நான் கொடுத்த பாலெல்லாம் ரத்தமா ஓடுதே' என ஒப்பாரி வைப்பார். பொதுவாக மதுரைக்காரப் படங்களில் வேண்டிய வன்முறையை காட்டுவதற்காக மோதலை ரத்த பந்தங்களுக்குள்தான் நடத்துவார்கள். 'விருமாண்டி'யில் தண்டனை விதிக்கப்பட்டு சிறைக்குள் இருக்கும் இரு தேவர்கள் சந்தர்ப்பம் வாய்த்ததும் சண்டைக் கோழிகளாக ஒருவரை ஒருவர் அழிக்கப் பாய்வார்கள்.

'சுந்தரபாண்டியன்' படத்தில் வன்முறையாளர்களுக்குள் உள்ள அறத்தைக் காட்டி இருப்பார்கள் (அசட்டுத் தனமாகத்தான்). நாயகன் சுந்தரபாண்டியன் தான் செல்லும் பேருந்தில் பெண்களிடம் சேட்டை பண்ணும் ஆண்களைக் கன்னத்தில் அறைந்து அடக்கி வைப்பான். அவர்கள் பேசாமல் அடி வாங்கி அமைதியாக அமைவார்கள். அதன் பொருள் அவர்கள் தேவர்கள் அல்ல என்பது. அப்போது பைக்கில் மூன்று பேர் வந்து பெண்களிடம் வம்பு பண்ணுவார்கள். சுந்தரபாண்டியன் கண்டிக்கும்போது அவனை மதிக்காமல் சண்டைக்கிழுப்பார்கள். தொடர்ந்து நடக்கும் வாகன விபத்தில் அவர்கள் காயமுற, தன்னை வம்புக்கிழுத்தவர்கள் எனப் பாராமல் சுந்தரபாண்டியன் அவர்களுக்கு உதவுவான். ஏனென்றால் அம்மூவரும் பொறுக்கிகளாக இருந்தாலும் அவர்களின் வன்முறை நோக்கம் அவர்களை உயர்த்தி விடுகிறது. சுந்தரபாண்டியன் அவர்களுக்கு மதிப்பளித்து உதவுகிறான். அதேபோலத் தான் அவன் இறுதிக் காட்சியில் தன்னை அழிக்கப்பார்க்கும் மூன்று நண்பர்களையும் கொல்லாமல் விடுவதுடன்

அவர்களின் பெயர் ஊரில் களங்கப்படாதிருக்கும் பொருட்டு நடந்து கொள்கிறான். பேருந்தில் நடக்கும் ஒரு சண்டையில் அப்புக்குட்டி கொல்லப்பட, அதற்கு நீதி கோரும் ஒரு பகுதி மக்கள் (தலித்துகளாக இருக்கலாம்) மூடர்களாகவும், மரணத்தை வன்முறையின் தவிர்க்க முடியா வீரவிளைவாக ஏற்றுக் கொள்ளும் மக்கள் மேன்மையானவர்களாகவும் காட்டப்படுகிறார்கள். ஓர் அசல் வீரன் தன் எதிரிகளை மதிக்கிறவன் என்று சுந்தர பாண்டியன் சொல்வதன் பொருள், ஒரு வன்முறைக்கு விரோதம் முக்கியமில்லை, எதிரி பொருட்டில்லை என்று தான். மதுரைக்காரப் படங்களின் ஆன்மா இது தான்.

Good Fellas எனும் மற்றொரு இத்தாலிய மாபியா படத்தை நினைவுபடுத்தும் 'சுப்பிரமணியபுரம்' படத்தில் இந்த சுந்தரபாண்டியத்தனம் இன்னும் எதார்த்தமாக ஓரளவு உளவியல்தன்மையுடன் கொண்டு வரப்பட்டிருக்கும். அதில் ஒரு காட்சியில் நாயகன் அழகர் தன் சிறு வீட்டு எரிச்சலைத் தெருவில் போகும் கூலித் தொழிலாளிகளிடம் காட்டி சண்டையிடும் ஓர் அழகான காட்சி வரும். அதே அர்த்தமற்ற தொனியில்தான் ஒவ்வொரு வன்முறைக் காட்சியும் வரும். எளிய தூண்டுதல் போதும், அப்படத்தின் நாயகர்களைக் கொலைகள் செய்ய வைக்க. அவர்கள் குருதி மணத்தை நுகர்ந்து திரிந்துகொண்டே இருக்கிறார்கள். அந்த வன்முறைப் பசி அவர்களின் மரணங்களுடன்தான் முடிகிறது.

வசந்த பாலன் இக்கத்தியின் இன்னொரு நுனியைப் பிடித்துக் கொண்டு வன்முறையில் அடிவாங்கிண சாகிறவனின் கதையைச் சொல்கிறார். அவரது படங்களிலும் வீரமான தேவர்கள் வருகிறார்கள். வன்முறையை மோப்பம் பிடித்துத் தேடிப் போகிறார்கள். ஆனால் அவர்கள் தீரமாக மோதி இறந்து போகிறார்கள். விநோதமாக மக்களுக்கு இதுவும் பிடித்துப் போகிறது. அவரது படங்கள் தோல்வி யுற்றவனைப் பற்றியது எனச் சொல்லப்படுகிறது. அது தவறு. அவை தியாகிகள் பற்றியவை. எல்லா வன்முறை வரலாறுகளின் வீரக் கதைப் பாடல்களிலும் தொன்மங் களிலும் உயிர் விட்டவர்களுக்குத் தனி இடம் உண்டு. அவர்களை அச்சமூகம் வழிபடும். 'வெயில்' படத்திலும் நாயகனின் அப்பா இறந்துபோன தன் மூத்த மகனை 'சாமி'

ஆகிவிட்டதாய்க் கூறுகிறார். 'அரவான்' படத்திலும் நாயகன் பலிகொடுக்கப்பட, பின் சாமியாகிறான். 'அங்காடித் தெரு'வில் கால் இழந்த நாயகிக்கு வாழ்வளித்து நாயகன் தியாகி ஆகிறான்.

ஒட்டுமொத்தமாக மதுரைக்காரப் படங்களைப் பார்க்கை யில், வன்முறையை வழிபடும் மனப்பான்மையை வளர்ப்பது இன்றைய காலத்தில் ஆரோக்கியமானதா என்கிற கேள்வி வளர்ந்து நிற்கிறது. வன்முறையை நுணுக்கமாக ஆராயும் படங்களை (மார்டின் ஸ்கார்ஸிஸ் எடுத்தது போல்) இவர்களால் தரமுடியவில்லை என்பது ஒரு முக்கியத் தோல்விதான். தம்முடைய சாதியில் சண்டைக்காக ஆடு, கோழி வளர்ப்பவர்களுக்கும் தமக்கும் இடையிலான ஒரு வித்தியாசத்தை எதிர்காலப் படங்களில் காட்டுவார்கள் என எதிர்பார்ப்போம்.

'தேவர் மகன்' வரிசைப் படங்களும் சாதிப்பற்றும்

•••

உயிர்மை ஜூன் 2016 இதழில் சுரேஷ் கண்ணன் ஒரு சுவாரஸ்யமான கட்டுரை எழுதியிருக்கிறார். மேலே உள்ள தலைப்புதான் விவாத விசயம். தேவர் மகனுக்கு முன்னும் பின்னும் ஏராளமான படங்கள் அச்சாதியின் அருமை பெருமைகளைப் பறைசாற்றியும் வன்முறையைப் போற்றியும் வந்துள்ளன. கௌண்டர்கள், நாடார்களை விதந்தும் படங்கள் வந்துள்ளன என்றாலும் கோடம்பாக்கத்தின் பிரதான விசுவாசம் தேவர்களுக்கே. இதில் நாம் கூச்சப்பட ஒன்றும் இல்லை. சமூகத்தில் என்னமாதிரியான நம்பிக்கைகள் உலவுமோ அதுவே அதிகாரமாகி சினிமாவின் நிலைப்பாட்டையும் தீர்மானிக்கும். கடந்த இருபது வருடங்களில் முக்கியமான மந்திரிப் பதவிகளை வகித்தவர்கள் யாரெனப் பார்த்தாலே சினிமாவில் உள்ள சாதிய ஆதிக்கவாதம் ஆச்சரியமளிக்காது.

கேரள சினிமாவை பின்தொடர்பவர்களுக்கு அங்கு பெரும் வெற்றி பெற்றுள்ளவை நாயர்களும் சிரியன் கிறித்துவர்களும் வீராதிவீரர்களாய் சமூகக் காவலர்களாய் முன்வைக்கப் படும் படங்கள் எனத் தெரியும். மோகன்லாலின் மிகப்பிரபலமான பாத்திரங்கள் மீசை முறுக்கிய முகமும் ஏதாவது ஒரு நாயர் பெயரும் நிச்சயம் கொண்டிருக்கும். நாயர்கள் தமிழ் சினிமாவில் எவ்வாறு நேர்மாறாய் வேடிக்கை யாய்ச் சித்தரிக்கப்படுகிறார்கள் என யாராவது ஆய்வு செய்தால் சுவாரஸ்யமாய் இருக்கும். ஆனால் தேவர்கள் மலையாள சினிமாவிலும் மீசை மண்நோக்காத கௌரவத்துடன்தான் சித்தரிக்கப்படுகிறார்கள்.

மலையாள சினிமாவில் சாதியச் சித்திரிப்பை குறிப்பிட்டதன் நோக்கம் ஒரு முற்போக்கு இடதுசாரிப் பாரம்பரியம் கொண்ட சமூகம் எப்படி நம்மைவிட வெளிப்படையாய்ச் சாதிப்பெருமையைப் பேசுகிறது எனச் சுட்டத்தான்.

சரி, இங்கு 'மெட்ராஸ்' போன்ற தலித் வாழ்வியல் படங்கள் வரும்போது என்னாகின்றன? அப்படம் சுயசாதி விமர்சனத்தை மையமாய்க் கொண்டது. ஆனால் நம் விமர்சகர்கள் அதில் வரும் இரு முக்கிய தலித் அரசியல் கட்சிகள் எவை என ஆராயாமல் தலித் வாழ்க்கை பேசப்பட்டு விட்டது, அதுவே முற்போக்கானது என ஆளாளுக்குக் கொண்டாடத் துவங்கினர். அதாவது தலித் சாதி விமர்சனத்தையும் நாம் இருட்டடிப்பு செய்தோம். இந்தச் சிக்கலைத்தான் சுரேஷ் கண்ணன் 'தேவர் மகன்' படத்தை முன்வைத்துப் பேசுகிறார். 'தேவர் மகன்' கமல் பாத்திரம் தன் சாதியின் வன்முறை இச்சையை, மூடப்பெருமை களைத் தாங்க முடியாமல் தப்பித்து ஓட நினைக்கும் பாத்திரம். அதன்பிறகு தன் சாதியைச் சீர்திருத்தும் நோக்கில் மீசை வளர்த்து சாதித்தலைவராய் வேடம் புனைகிறார். அப்போதுதான் அது அத்தனை சுலபம் அல்ல எனப் புரிந்து கொள்கிறார். வன்முறை ஒரு மோகினிப் பேயாய் அவரைத் தூண்டி தன்னை நோக்கி இழுத்துக்கொண்டே இருக்கிறது. இறுதியில் அவர் கையிலும் ரத்தம் தோய்கிறது. நவீன கல்வி கற்றவர் சாதிக்காய் ரத்தம் சிந்தி சிறைக்குப் போகிறார். இதில் உள்ள விமர்சனத்தைக் கவனிக்காமல் ஏன் இப்படம் தேவர் சாதி அருமை பெருமைகளைக் கொண்டாடியதாய், அதன்மூலம் வன்முறையை நியாயப்படுத்தியதாய், கடந்த இருபதாண்டு களில் தமிழகத்தில் நடந்த சாதிய வன்முறைகளுக்கு இப்படமே மையம் என ஏன் கூறுகிறோம் என சுரேஷ் கண்ணன் வினவுகிறார்.

எனக்கு சுரேஷ் கண்ணனின் கேள்வி பழைய 'பிட்' படங்களை நினைவுபடுத்தியது. அப்படங்களில் தீவிரமான ஒழுக்கவியல் பாடங்கள் அறிவுறுத்தப்படும். அன்பும் கருணையும் மிதமான உணர்வுகளும் முக்கியம் என்றுகூடப் பேசப்படும். ஆனால் ஒவ்வொரு காட்சியும் செக்ஸ் உணர்ச்சிகளைத் தூண்டும் விதத்திலும் இருக்கும். ஒரு பக்கம் கெட்ட காரியங்களைப் பண்ணக் கூடாது எனப் பேசியபடியே காட்சி அமைப்பு, இசை, குளோ அப் ஷாட்கள் எல்லாம்

இந்தக் காரியங்கள் எவ்வளவு கிளுகிளுப்பானவை என நமக்கு உணர்த்தியபடியும் இருக்கும். இந்தப் படங்கள் பாலியல் மீறலுக்குக் கடும் கண்டனம் தெரிவிப்பவை. அதேவேளை பாலியல் மீறல் நோக்கி நம்மைத் தூண்டுபவையும்தான்.

'தேவர் மகன்' படமும் அதன் வாரிசான சமீபத்திய 'மருது' வரையிலான படங்களும் நேரடியாய்ச் சாதிய வன்முறையை அறிவுறுத்த வேண்டியதில்லை. ஆனால் பார்வையாளர் களுக்கு, சாதிப்பெருமைக்காய்த் தலைகளைச் சீவுவதே பெருமை என ஒரு புரிதல் இவற்றில் இருந்து கிடைப்பதை யும் நாம் மறுக்க முடியாது. ஒரு படம் நேரடியாய்ச் சொல்லுவதுதான் அதன் சேதி என்று அர்த்தமில்லை. வணிக சினிமாவின் அழகியலே 'கெட்டகாரியங்களை'ச் செய்வதன் சாத்தியங்களைப் பரிசீலித்துவிட்டு, அதைப் பற்றிக் கற்பனை செய்ய அனுமதித்து விட்டு, நேரடியாய்க் கெட்டகாரியங்களைக் கண்டித்துப் பேசுவதுதான். எல்லா வணிகப் படங்களுக்கும் இந்த இரட்டை முகம் உண்டு. 'தேவர் மகன்' படத்துக்கும் உண்டு. மிக நுணுக்கமாய்ச் சாதியப் பெருமையைப் பேசவும் அதைக் கண்டிக்கவும் செய்கிறது அப்படம். வன்முறையைக் கடுமையாய் விமர்சித்தபடி அதை உள்ளூர சிலாகிக்கவும் செய்கிறது. 'சாந்துப்பொட்டு' பாடலில் வரும் வீரவிளையாட்டுகள், கமல் கௌதமியின் உதட்டை கவ்வுவதில் உள்ள வன்மம் வழி வன்முறையே உயரிய ஆண்மை எனும் பிம்பம் அப்படத்தில் கட்டமைக்கப்படுகிறது. இறுதியில் நாசரை கமல் கொல்லும் காட்சியில் ரத்தத்தில் குளித்த நாயகனின் உருவம் ஒரே சமயம் ஆண்மை மிக்கதாகவும் தேவையற்ற வன்முறையின் எதிர்மறைப் பிம்பமாகவும் உள்ளது.

இந்தச் சாதிய வன்முறைப் படங்களை நாம் பாலசந்தரின் பாலியல் மீறல் படங்களுடன் ஒப்பிடலாம். 'புதுப்புது அர்த்தங்கள்' பாலியல் மீறல் எவ்வளவு இயல்பானது என்றும், ஆனால் சமூகக் கட்டமைப்புக்குக் கேடானது என்றும் முரண்பாடாய்ப் பேசுகிறது. பாலசந்தர் படங்களின் டெம்பிளேட் 'பிட்' படங்களில் இருந்து அழகியல்ரீதியாய்ச் சற்று மேலானது என்றாலும் பெரிய அளவில் வேறுபட்டது அல்ல.

ஒரு கலைப்படம் அல்லது இலக்கியப் படைப்புக் கூட இன்று ஒரு குறிப்பிட்ட சேதியைக் கொண்டிருப்பதில்லை என விமர்சகர்கள் பேசுகிறார்கள். இதை polyphonic writing என இலக்கியத்தில் கூறுகிறார்கள். ஒரு சிறந்த உதாரணம் ஜெயமோகனின் 'ஏழாம் உலகம்.' அதில் ஊனமுற்றோருக்கு இடையிலான உரையாடல்களின் ஊனமுற்ற உடல் மீதான காழ்ப்புணர்வைக் காண முடியும். அதாவது ஊனமுற்றோரே ஊனமுற்றவர்களை ஒடுக்குவதைக் கவனிக்கலாம். அந்த நாவலை உடல் வணிகத்தைக் கடுமையாய் விமர்சிக்கும் நாவல் எனப் பேசும் போதே உடலைக்கொண்டு மனிதர்களை அடையாளப் படுத்துவதை அங்கீகரிக்கும் குரலையும் அதற்குள் பார்க்க முடியும். இதில் எது ஜெயமோகனின் குரல்? எதுவும் இல்லை.

சுரேஷ் கண்ணனின் கேள்வி முக்கியமானது. வன்முறையை விமர்சிக்கும் படத்தை ஏன் அதை ஆதரிப்பதாய்க் கூறுகிறோம்? அதற்கான என் பதில் இது:

ஒரு படம் இரு முரண்பாடான நிலைப்பாடுகளைக் கொண்டிருக்கலாம். அதில் நமக்கு வசதிப்படுகிற ஒன்றை நாம் எடுத்துக் கொள்ளலாம். 'தேவர்மகனில்' பிற்போக் காளர்கள் தேவர் பெருமிதத்தை மட்டும் கண்டார்கள். 'மெட்ராஸில்' முற்போக்காளர்கள் தலித் அரசியல் பெருமிதத்தை மட்டும் கண்டார்கள். தோள் கண்டார் தோளே கண்டார். சுயவிமர்சனத்தைக் கண்டிலர்.

கௌதம் மேனனின் படங்களில் ஆண்மை

•••

ஜெஸ்ஸி: 'நான் வருவேன், உனக்காக.'

கார்த்திக்: 'நீ வருவே எனக்காக? உல்டாவா நான்
சொல்ல வேண்டியத நீ சொல்றே?'

விண்ணைத் தாண்டி வருவாயா, கௌதம் மேனன்

கடந்த வருடம் ஐ.ஐ.டியில் கௌதம் மேனன் சிறப்பு
விருந்தினராக ஒரு நிகழ்ச்சிக்குண் செல்கிறார். அங்கு ஒரு
மாணவர் ஒரு முக்கியமான கேள்வியைக் கேட்கிறார்:
''ஏன் உங்கள் படங்களில் வில்லன்கள் இந்தளவு
சுவாரஸ்யமாய், நெஞ்சில் தங்குபவர்களாக இருக்கிறார்
கள்? உதாரணமாய், 'காக்க காக்க' படத்தின் பாண்டியா,
'வேட்டையாடு விளையாடு' படத்தில் இளமாறன்...''

இதற்கு கௌதம் மேனன் வில்லன்கள் வலுவாக
இருந்தால்தான் ஹிரோயிசம் எடுபடும் என ஒரு பொத்தாம்
பொதுவான பதில் அளிக்கிறார். ஆனால் அம்மாணவரால்
கேள்வியைச் சரிவர வகுக்க இயலவில்லை. அவர்
மனத்தில் ஏற்பட்ட உணர்வு இதுவாகத்தான் இருக்கும்:
'ஏன் கௌதம் மேனன் படங்களில் வில்லன்கள் ஹீரோக்
களாகவும் ஹீரோக்கள் ரொம்ப பலவீனமாகவும்
இருக்கிறார்கள்? ஏன் வில்லன்களுக்குக் கதாநாயகனுக்கு
உரிய தோரணைகளும் அதிசாகச ஒளிவட்டமும் அளிக்கப்
படுகின்றன? அது மட்டுமல்ல, வில்லன்களின் கெட்ட
செயல்களுக்கு நியாயங்களும்கூட வழங்கப்படுகின்றன.'

உதாரணமாய், பாண்டியா ஏன் அவ்வளவு கொடூரமான கொலைகாரனாய் மாறுகிறான், ஏன் இளமாறனும் அவன் நண்பன் அமுதனும் சைக்கோ கொலைகாரர்களாய் இருக்கிறார்கள் என்பதற்கான நியாயமான காரணங்களும் படத்தில் வழங்கப்படுகின்றன. பாண்டியா மிகவும் திறமைசாலியாக, சூர்யாவைவிடப் புத்திசாலியாக துணிச்சலானவாக இருக்கிறான். மொத்த காவல்துறையை யும் ஏவி, அவன் ஆள்பலத்தையும் நிர்மூலமாக்கி, ஆயுதங்கள் இன்றி பலவீனமாக்கி, ஊரை விட்டே தப்பிச் செல்லும் நிலைக்குத் தள்ளின பின் (தம்பிகளை இழந்த ராவணனைப் போல் ஆக்கியபின்) இறுதிச் சண்டைக் காட்சியில் அவனை சூர்யா எதிர்கொண்டு கொல்கிறார். அப்போதும் அவன்தான் வீரவசனம் பேசுகிறான். மரணத்தை வரவழைத்து ஏற்கிறான்.

'வேட்டையாடு விளையாடு' படத்திலும் இளமாறன் மற்றும் அமுதனை தன் ஒட்டுமொத்த அதிகாரத்தைக் கொண்டு மிகுந்த நெருக்கடிக்குத் தள்ளிய பின்னரே ஹீரோ கமலால் பிடிக்க முடிகிறது. அதுவும் அவர்கள் துணிச்சலாய் 'இறுதி யுத்தத்திற்கு' தயாராகி, மரணத்தை எதிர்கொள்ள இறங்கிய பின்னரே முடிகிறது.

வழக்கமான போலிஸ் படங்களில் ஓர் அதிகாரி தன் புத்திசாலித்தனத்தாலும் துணிச்சலாலும் வில்லனை எதிர்பாராத நேரத்தில் தாக்கி நிலைகுலைய வைப்பார். 'கேப்டன் பிரபாகரன்', 'சத்ரியன்', 'சாமி' ஆகிய படங்களுடன் இப்படங்களை ஒப்பிட்டுப் பாருங்கள். அவையும் வலுவான ஆளுமை மிக்க வில்லன்களைக் கொண்ட படங்களே. ஆனால் வில்லன்களுக்கு என்று தனி பின்கதையோ, ஹீரோவைவிட வில்லனுக்கு அதிக துணிச்சலோ புத்திசாலித்தனமோ இராது. கௌதம் மேனனின் போலிஸ் படங்களில் வில்லன்கள் தாமாகவே எழுகிறார்கள். தாமாகவே வீழ்கிறார்கள். இது ஒரு காதலி காதலனிடம் தன்னை ஒப்புக்கொடுத்துச் சரணடைவது போன்றே நிகழ்கிறது. கௌதம் மேனன் படங்களில் ஹீரோ - வில்லன் மோதல் என்பது ஓர் இரண்டாம் காதல் பருவமாக இருக்கிறது.

ஹீரோக்கள் வில்லன்களின் பிரச்சினையைப் புரிந்து கொள்கிறார்கள். ('வேட்டையாடு விளையாடு'வில்

வில்லன்கள் சைக்கோ கொலைகாரர்கள் ஆனதே காவல் நிலையத்தில் ஓர் இன்ஸ்பெக்டர் திருநங்கை ஒருவரைக் கொண்டு இருவரையும் வன்புணர்வு செய்ய வைத்ததுதான் என கமல் ஒரு காட்சியில் கூறுகிறார்.) பிறகு வில்லன்கள் தமது விதிவசத்தால் தாமே மடிகிறார்கள். அதற்கான வியூகத்தை வகுத்துவிட்டு போலிஸ் ஹீரோக்கள் வெறுமனே வேடிக்கை பார்க்கிறார்கள். அதாவது எண்பது, தொண்ணூறுகளில் விஜயகாந்த், பிரபு போன்ற நாயகர்கள் தமக்கு சவால் விடும் துடுக்கான கிராமத்து நாயகியை அவர்கள் போக்குக்கே ஆடவிட்டு இறுதியில் வளைத்துப் பிடிப்பதைப் போல் இது இருக்கிறது.

கௌதம் மேனன் கூறுவது போல் அவர் படங்களில் ஹீரோவைத் தூக்கி விடுவதற்காக வில்லன்கள் வலுவாக அமைக்கப்படுவதில்லை. வில்லன்கள் தூக்கி விடப்படுவதற்காக ஹீரோக்கள் பலவீனமாக்கப்படுகிறார் கள். வழக்கமான ஆக்ஷன் படங்களின் பார்முலாவை கௌதம் மேனன் திருப்பிப் போடுகிறார். ஆனால் சுவாரஸ்யம் இந்த ஹிரோ-வில்லன் சமநிலை இன்மை அல்ல. மக்கள் இதை ரசித்துக் கொண்டாடினார்கள் என்பதே. அதாவது 'சாமி' ஆறுச்சாமியை ரசித்த மக்களால் அதற்கு நேர்மாறான 'காக்க காக்க' அன்புச்செல்வனையும் ஏற்க முடிந்தது. இது விசித்திரமானதுதான். ஒருவேளை கௌதம் மேனனின் போலிஸ் படங்களின் வெற்றியின் காரணமே இதுவாக இருக்கலாம். மக்களுக்கு அந்த இளகிய மனம்கொண்ட, சற்றே ரொமாண்டிக்கான, நிறைய சறுக்கவும் வீழவும் பிறகு மன உறுதியுடன் மீண்டு வரவும் கூடிய போலிஸ் அதிகாரியைப் பிடித்திருந்தது. உருக்கு போன்ற ஆறுச்சாமி களயும் கேப்டன் பிரபாகரன்களுக்கும் ஒரு மாற்றாக மக்கள் ரசனையில் அன்புச்செல்வனும் ராகவனும் இருந்திருக்கலாம்.

இன்னும் சொல்லப் போனால் கௌதம் மேனனின் காதல் படங்களின் வெற்றியே (அவற்றின் பொழுதுபோக்கு அம்சம், இசை, ஆக்ஷன், நகைச்சுவை தவிர்த்து) இந்த தலைகீழாக்கப்பட்ட பார்முலாவில்தான் இருக்கிறது. எப்படி போலிஸ் ஹீரோ படத்தையும் காதல் படத்தையும் ஒரே புள்ளியில் இணைக்க முடியும்? முடியும். அதற்கு நாம் ஹீரோயிசத்தை விடுத்து ஆண்மை எனும் பரவலான ஒரு தளத்தை எடுத்துக் கொள்ளவேண்டும். கௌதம் மேனனின் எந்தப் படத்தை எடுத்துக்கொண்டாலும் அதன்

ஈர்ப்பான அம்சம் நாயகன் - நாயகி - வில்லன் எனும் மும்முனை மோதலில் உள்ளது. நாயகன் நாயகி, வில்லன் இருவராலும் ஈர்க்கப்படுகிறான். இருவருடனும் அவன் மனம் மோதிக்கொண்டே இருக்கிறது. இருவராலும் அவன் ஆதிக்கம் செய்யப்படுகிறான். ஆதிக்கம் செய்யப் படும்போது அவன் அடங்குகிறான். அந்த அடங்கலில் ஒரு காம ஈர்ப்பு விசை செயல்படுகிறது. பிறகு அவன் எதிர்த்துப் போராடுகிறான். இறுதியில் ஜெயிக்கும்போது எதையோ ஒன்றை இழக்கிறான். அல்லது இழக்கும் புள்ளியில் இருக்கிறான். அவனைத் தீர்க்கமுடியாத ஒரு துயரம் மூடிக் கொள்கிறது. இந்தத் துயரம் அவனை மேலும் பலவீனமாக, நாயகத்தனம் குறைந்தவனாக மாற்றுகிறது.

சற்று கூர்ந்து பார்த்தால் தமிழ் சினிமாவின் இலக்கணப்படி இது நாயகியின் குணம் என உணரலாம். அதாவது எதிர்முனையால் ஈர்க்கப்பட்டு, அடக்கப்பட்டு, பணிந்து பிறகு இறுதியில் எதிர்முனையை வெல்வது. கணிசமான தமிழ்ப் படங்களில் நாயகனுக்கும் நாயகிக்கும் இடையில் ஆரம்பத்தில் ஒரு மோதல் இருக்கும். நகரப் படம் என்றால் பரஸ்பரம் சீண்டுவார்கள். கிராமியப் படம் என்றால் நாயகன் மட்டும் நாயகியைச் சீண்டுவான். தொப்புளில் பம்பரம் விடுவான். அவள் குளிக்கும்போது எதேச்சையாய் நிர்வாணமாய் அவளைப் பார்த்து விடுவான். இறுதியில் நாயகி சரணடைவாள். அதேநேரம் வில்லனும் நாயகனைச் சீண்டியபடி இருப்பான். ஒரு பக்கம் நாயகியைச் சீண்டியபடி நாயகன் வில்லனையும் காட்சிக்குக் காட்சி முறியடித்து வருவான். இந்த மும்முனை மோதல் தமிழ் சினிமா இலக்கணத்தின் ஒரு வளைக்கப்படாத விதிமுறை. இதன்படித்தான் நாயகனின் ஆண்மை கட்டமைக்கப் படுகிறது. கௌதம் மேனன் படங்களில் நாயகனின் இடத்தில் நாயகியும் வில்லனும் சரிபாதியாக இருக்கிறார் கள். நாயகியின் இடத்தில் நாயகன் தனித்து இருக்கிறார்.

தமிழ் சினிமாவின் ஆண்மை கட்டுமானத்தைக் கடுமையாய் விமர்சித்துக் கட்டுரைகள் வந்துள்ளன. இது தமிழ்ச் சமூகத்தை, ஆணாதிக்க இயல்பைக் காட்டுவதாய்க் கூறப்பட்டுள்ளது. (குறிப்பாய் விஜயகாந்த் தொப்புளில் பம்பரம் விட்டதை நம்மால் ஜீரணிக்க முடியவில்லை, பலரால் இன்றும் கூட.) ஆனால் இதற்கு நேர்மாறாய்

நாயகியின் குணாதிசயத்தோடு நாயகன் சித்திரிக்கப்பட்டு வெற்றிபெற்றதை நாம் எப்படிப் புரிந்துகொள்ளப் போகிறோம்? தமிழ்ச் சமூகம் எந்தளவு ஆணாதிக்கக் குணத்துடன் இருக்கிறதோ அந்தளவு 'ஆண்மையற்ற' ஹீரோயிசத்தையும் ரசித்துக் கைதட்டி உள்ளது. அப்படி என்றால் பெண்மை இயல்புள்ள மற்றொரு 'ஆண்மையை யும்' நம் மக்கள் விரும்புகிறார்கள் என்றுதானே பொருள்?

எல்லாப் படங்களின் வெற்றிக்கும் அடிப்படை திரையரங் களில் சில இடங்களில் பார்வையாளனை நெகிழ வைப்பதில் உள்ளது என ஒருமுறை ஓர் இயக்குநர் நண்பர் என்னிடம் சொன்னார். உண்மைதான். கௌதம் மேனன் படங்களில் இந்த நெகிழச் செய்யும் இடங்கள் ஹீரோவின் பலவீனமான தருணங்களில் இருக்கின்றன என்பதுதான் ஆச்சரியம்.

கௌதம் மேனனின் முதல் படமான 'மின்னலே'வில் நாயகன் மாதவன் நாயகியான ரீமா சென்-னை முதல் முதலில் பார்க்கும் காட்சி அப்படியான அழகான ஓர் இதயம்கவர் தருணம். மாதவன் மழை பெய்யும் ஓர் இரவில் டெலிபோன் பூத்தில் இருக்கிறார். வெளியே குழந்தைகள் மழையில் விளையாடிக் கொண்டிருக்கிறார்கள். அங்கு ஒரு கார் வந்து பழுதடைந்து நிற்கிறது. ஓட்டுநர் இறங்கி காரைச் சரிபார்க்க, ரீமா சென் வெளியே இறங்கிக் குழுந்தைகளை நோக்கிச் செல்கிறார். குழந்தைகள் பயந்து ஆட்டத்தை நிறுத்துகிறார்கள். ரீமா சட்டென அவர்களுடன் சேர்த்து ஆடத் துவங்குகிறார். மழையில் ஓர் அழகான பெண் எந்த மனத்தடையும் இன்றித் தன்னை மறந்து ஆடும் காட்சியை மாதவன் பூத்தில் இருந்து பார்த்து வியக்கிறார், ரசிக்கிறார், சிலாகிக்கிறார். காட்சியில் துவக்கத்தில் இருந்தே அவரும் நனைந்திருக்கிறார். அடிக்கடி தன் ஈரமான தலைமுடியைச் சிறிய எரிச்சலோடு துடைத்துக் கொள்கிறார். தலையை உதறுகிறார். அவர் மழையைக் கண்டு ஒதுங்கி நிற்கும் ஆண். அவரால் செய்ய முடியாத ஒன்றை அப்பெண் செய்கிறார். அந்த ஆளுமை அவனை ஈர்க்கிறது. (அச்செயல் மிகச் சாதாரணமான ஒன்றாய் இருந்தாலும் ஓர் அழகிய இளம்பெண் செய்யும்போது அசாதாரணமாகி விடுகிறது.) அந்த நொடி அவன் காதலில் விழுகிறான். பொதுவாகத் தமிழ் சினிமாவில் ஆக்‌ஷன் படம் என்றால் நாயகனைத்

துரத்தி நாயகி காதலிப்பாள். அவள் குறும்புத்தனம், துணிச்சல் கண்டு அவளை நாயகன் ஒருகட்டத்தில் ஏற்பான். ரொமான்ஸ் படம் என்றால் நாயகியைக் கோயிலில் தலைமுழுக்கப் பூவுடனோ, கல்லூரி சாலையில் அன்றலர்ந்த மலர் போலவோ கண்டு நாயகன் காதலில் விழுவான். ரீமாவின் இந்த அறிமுகம் தமிழுக்கு மிகவும் புதிதானது. இதுபோன்ற துணிச்சலான, ஆண் தன்மை கொண்ட பாத்திரங்களில் முன்பு குஷ்பு, பானுபிரியா போன்றவர்கள் நடித்திருக்கிறார்கள். ஆனால் நாயகன் அவர்களைக் கன்னத்தில் அறைந்தோ நிர்வாணமாய்ப் பார்த்தோ வெட்கப்பட வைப்பான். மலரச் செய்து பெண்ணாக மாற்றுவான். அடுத்தே ஏற்பான். ஆனால் 'மின்னலே'வில் நாயகியை மாதவன் 'மலர' வைக்க முயல்வதே இல்லை. அவளது அந்த tomboy ஆளுமையைத்தான் அவன் ரசித்துக் காதலிக்கிறான்.

எனக்கு இந்தக் காட்சி கல்லூரியில் என்னுடன் படித்த ஒரு நண்பனின் முதல் தீவிரக் காதலை நினைவுபடுத்தியது. நண்பன் படிப்பு, பக்தி என ஒரு சொரூபமாக இருப்பவன். பெண்கள் பக்கமே போகமாட்டான். எங்கள் கல்லூரியின் ஆண்டு விழா நடந்தது. மூன்று நாட்கள் இசை, நடனம், போட்டிகள் எனக் கொண்டாட்டமாக இருக்கும். நாங்கள் இருவரும் நிகழ்ச்சிகள் நடக்கும் ஒரு மைதானத்திற்குச் சென்றுகொண்டிருந்தோம். அப்போது ஒரு சீட்டியொலி. நண்பன் சட்டெனத் திரும்பினான். பாப் கட் வெட்டிய ஒரு பெண் மீண்டும் ஒருமுறை சீட்டியடித்து அழைத்தாள். அவன் அவளை நோக்கிச் சென்றான். ஆனால் அவள் உண்மையில் சீட்டியடித்து அழைத்தது அவளது தோழியைத்தான், தன்னை அல்ல என அருகில் சென்ற பின்னரே அறிந்துகொண்டிருக்கிறான். ஆனால் நண்பனால் அந்தத் தருணத்தை மறக்க முடியவில்லை. அவன் 'மின்னலே' மாதவன் போல் காதலில் விழுந்து அவள் பின்னால் ஒரு வருடம் திரிந்தான். ஒரு சீட்டியொலிக்காக, அவள் தலைமயிரை ஆணைப் போல் கத்தரித்த ஸ்டைலுக்காக அவளை வெறித்தனமாய் விரும்பினான். இப்படியான ஆண்களின் நுண்ணுணர்வை சினிமா மொழியில் கொண்டுவந்ததுதான் கௌதம் மேனனின் முக்கியச் சாதனை. என் நண்பனைப் போல் பலர் திரையரங்கில் அந்தத் தருணத்தில் நெகிழ்ந்தார்கள்.

அவர்கள் ஏற்கெனவே தொப்புளில் சுழன்ற பம்பரத்தைப் பார்த்து வாய் பிளந்தவர்கள்தான். ஆனால் இப்போது அந்தக் காட்சியைவிட இது அவர்களுக்கு மேலும் நெருக்கமாய்த் தோன்றியது.

'மின்னலே'வில் நாயகனும் வில்லனும் ரெட்டைகள் போல் இருப்பார்கள். பெயரில்கூட. நாயகன் ராஜேஷ் என்றால் வில்லன் ராஜீவ். இருவரும் கல்லூரியில் பரம விரோதிகள். ஆனால் பரஸ்பரம் மரியாதையும் மறைமுக ஈர்ப்பும் இருக்கும். படத்தின் துவக்கத்தில் இருந்தே நாயகன் மாதவன் வில்லன் அப்பாஸை ஒரு சிறு பிரச்சினைக்குப் பழிவாங்க, அவன் செய்யாத குற்றத்திற்கு ஒரு மாதம் கல்லூரியில் இருந்து தற்காலிக நீக்கத் தண்டனை வாங்கித் தருவான். இதற்கு அப்பாஸ் பழிவாங்குவ தில்லை. படத்தின் இந்த முதல் கட்டத்தில் நாயகன் கொஞ்சம் வில்லத்தனமாகவும் வில்லன் கொஞ்சம் நல்லவனாகவும் தெரிவான். அடுத்து வில்லன் மணம் புரிய நிச்சயமான பெண்ணை நாயகன் விரும்புவான். நாயகன் வில்லனின் பெயரில் சென்று அவளை ஏமாற்றிக் காதலிப்பான். இறுதியில் வில்லன் நாயகியை நாயகனுக்கு விட்டுக்கொடுத்து விடுவான். இப்படி நாயகன் படத்தின் ஒவ்வொரு கட்டத்திலும் மைனஸாகிக் கொண்டே வருவான். ஆனால் இப்படி மைனஸ் ஆவதே (பார்வை யாளர்கள் மத்தியில்) அவனுக்கு பிளஸ் ஆகிவிடுவதுதான் சுவாரஸ்யம்.

இச்சையில் திளைப்பதும் அதை மறுப்பதும், அல்லது அதற்காய் தவிப்பதும்

எம்.ஜி.ஆர், சிவாஜிகளின் அறுபதுகள் துவங்கி தொண்ணூறுகளில் இருந்து சமீபத்திய கிராமியப் படங்கள் வரை எடுத்துக்கொண்டால் நாயகனின் ஏதோ ஒரு செயலால் தூண்டப்பட்டு அவனை மனதுக்குள் பொத்தி வைத்து வெட்கியபடியே காதலிப்பது நாயகியின் ஓர் அடிப்படை இயல்பு. நாயகனின் எச்சில் சோற்றைக் காதலி ஆசையாய் உண்பது, அவனுடைய தோள் துண்டை எடுத்து வருடிப் பார்ப்பது, ஒளிந்து நின்று அவனை ரசிப்பது போன்றவை அவளது காதல் மனநிலையைக் காட்டும் காட்சிகளாக வரும். கௌதம் மேனன் படங்களில் இந்தச் செயல்களை

நாயகன் செய்வான். அவனை அலட்சியம் செய்பவளாக, மௌனமாய் அங்கீகரிப்பவளாக நாயகி வருகிறாள். 'மின்னலே'வில் தன் காதலி ரீனா நீர் அருந்திய பிளாஸ்டிக் கோப்பையை நாயகன் திருடி வருகிறான். அதைத் தொட்டுப் பார்த்து தனிமையில் ரசிக்கிறான். பூத்தில் அவள் போன் செய்து போனபின் அந்த போனை எடுத்து சிலாக்கியமாய் முகர்கிறான்.

தமிழ் சினிமா மரபுப்படி நாயகன் காதலைச் சொல்லத் தயங்குவதில்லை. (முரளி போன்று சமூகப் பின்னணி காரணமாய் தன்னம்பிக்கை அற்ற நாயகர்கள் மட்டுமே விதிவிலக்கு.) 'சின்ன கௌண்டர்' படத்தில் விஜயகாந்த் தன் பஞ்சாயத்துத் தீர்ப்புகளில் ஒன்றாகத்தான் சுகன்யாவை ஏற்கிறார். 'தேவர் மகன்' படத்தில் கமல் ரேவதியை மணம் முடிப்பதும் எல்லைத் தகராறைத் தீர்க்கத்தான். எந்தளவுக்கு வழியாமல் நெகிழாமல் பெண்ணை ஓர் ஆண் ஏற்கிறானோ அந்தளவுக்கு அவனது ஆண்மை உச்சம் பெறுகிறது. இவ்விதத்தில் நாயகனின் ஆண்மையைச் சிகரத்தில் கொண்டு நடும் காட்சி என 'நாயகன்' படத்தில் கமல் விபசார விடுதிக்குச் சென்று அங்குப் பார்க்கும் சரண்யாவை மணம் முடிக்கக் கேட்பது. இந்த இடத்தில் நாயகி எந்தத் தேர்வும் அற்ற ஒரு விற்பனைப் பொருள்தான். அவளால் நாயகனை மறுக்கவோ கோபிக்கவோ கேள்வி கேட்கவோ முடியாது. அந்த உறவில் அவளது ஈகோவிற்கே இடமில்லை. அப்படி யான இக்கட்டில் அப்படத்தில் சரண்யாவின் பாத்திரமான இளம் பாலியல் தொழிலாளி இருக்கிறாள். ஒரு பெண்ணை அவ்வாறு ஓர் உடைமையாய் மாற்றித் தன்னுடன் வைத்திருப்பது ஓர் ஆணுக்கு மிகுந்த கிளர்ச்சி அளிக்கும் செயல். தமிழ் சினிமா மரபுப்படி ஏற்கெனவே கற்பை இழந்த பெண்ணை ஏற்பது நாயகனின் ஆண்மையை மதிப்பிழக்க வைப்பதாக வெளிப்படையாய்த் தோன்றலாம். ஆனால் உண்மையில் அப்படி அல்ல. அப்படத்தில் 'நீ ஒரு காதல் சங்கீதம்' பாடலில் கமலின் ஆண்மைப் பிம்பம் பல மடங்கு உயர்கிறது. இவ்வாறு ஒரு பெண்ணுக்காய் உருகி மறுகுவது ஆண்மையின் சுபாவமாக தமிழ் சினிமா ஏற்பதில்லை. மாறாக சற்றும் அவளது பெண்மையால் பலவீனமடையாது முறுக்கேறி நிற்பதே நமது நாயகன்களின் ஆண்மைப் பிம்பமாகிறது.

கௌதம் மேனன் படங்களில் இது நேர்மாறாக நடக்கிறது. ஒரு பக்கம் அவரது நாயகர்கள் வன்முறை குணம் கொண்டவர்களாக இருக்கிறார்கள். 'மின்னலே'வில் மாதவன் தெருச்சண்டை இடுபவராக வருகிறார்; 'விண்ணைத்தாண்டி வருவாயா'வில் சிம்பு ஒரு குத்துச்சண்டை வீரர்; 'பச்சைக்கிளி முத்துச்சரம்' படத்தில் சரத்குமார் இயல்பிலேயே காட்டு யானை போல் இருக்கிறார்; 'காக்க காக்க', 'வேட்டையாடு விளையாடு', 'என்னை அறிந்தால்' ஆகிய படங்களில் நாயகர்கள் துப்பாக்கி ஏந்திய போலிஸ் அதிகாரிகள்; 'வாரணம் ஆயிரம்' படத்தில் ராணுவ அதிகாரி. கௌதம் மேனன் படங்களில் ஆணுடலை மிகக் கட்டுமஸ்தாக, ஒரு கவர்ச்சிப் பொருளாக காட்டிய படம் 'வாரணம் ஆயிரம்.' ஆனால் பெரும்பாலான வேறு படங்களிலும் ரௌத்திரமும் சண்டைப்பயிற்சியும் கொண்டவனாகவே நாயகன் வருகிறான்.

ஆனால் இந்த ஆண்மையின் உறுதி எல்லாம் ஒரு பெண்ணோ வில்லனோ அவனைக் கடந்துபோகும் வரைதான். வில்லன் எதிர்வரும்போது இந்த நாயகன் வீரியம் இழக்கிறான். அதேபோல் பெண்களிடமும் அவன் நடுங்குகிறான். குழைகிறான். மரபான படங்களில் இச்சையைத் தவிர்ப்பதுதான் ஆண்மையை வலுவாக்கு கிறது. அல்லது இச்சையை ஒரு போகமாக மாற்றும்போது ஆண்மை திமிறுகிறது. ஆனால் இச்சையில் தன்னை இழக்கும் ஒருவன் பெண்ணின், பெண்மையின் பகுதியா கிறான். (பொதுவாய் பெண்களிடம் 'கிருஷ்ணனாய்' இருக்கும் ஆண்களிடம் சிறு பெண்மைச் சாயல் நடத்தையில் இருப்பது இதனால்தான்.) கௌதம் மேனன் படங்களில் நாயகர்களுக்கு இதுவே ஆகிறது.

பெண்மையின் வசீகரத்தில் தன்னை இழக்கும் ஆண் ஒரு கட்டத்தில் தன் ஆண்மையை மீட்டுக் கோலோச்ச முடியும். காதலின் முரணியக்கத்தில் ஆண் வீழ்வதும் பெண்ணை எழ விடுவதும் பின் அவன் அவளை வீழ்த்தி மேலெழுவதும் நடந்தபடிதான் இருக்கும். (சீன தத்துவ மரபு இதை யின் -யாங் என்றும், நம் மரபு கூடல் - ஊடல், அதற்கான திணைகள் என்றும் புரிந்து கொள்கிறது.) தமிழின் சிறந்த காதல் படங்களில் இந்த முரணியக்கத்தைப் பார்க்கலாம். 'அலை பாயுதே', 'ரன்' போன்ற படங்களை உதாரணமாய்க்

கொள்ளலாம். இப்படங்களில் சினிமா இலக்கணப்படி நாயகன் காதலில் விழுந்து மறுகுகிறான். கனவு நிலையில் இருக்கிறான். ஆனால் அவன் செயலூக்கம் மிக்கவன். அதனால் தான் இச்சைகொள்ளும் பெண்ணை அடைய முயல்கிறான். இரண்டு படங்களிலும் நாயகன் பெண்ணைப் பார்த்த உடனே காதலைத் தனக்குள் உறுதி பண்ணுகிறான். அடுத்து ஏறுதழுவ தயாராகும் வீரனைப் போல அவளிடம் தன் இச்சையை வெளிப்படுத்தத் தயாராகிறான். அவன் தயங்குவதே இல்லை. 'அலை பாயுதே' படத்தில் எதேச்சையாய் திருமண நிகழ்ச்சியில் பார்த்த ஷாலினியிடம் உடனே தன் இச்சையை மாதவன் வெளிப்படுத்துகிறார். அவள் எங்கே வாழ்கிறாள் எனத் தெரியாதபோதுகூட அதைக் கண்டுபிடிப்பது எளிது எனத் தன் நண்பர்களிடம் சவால் விடுகிறான். அடுத்து அவளிடம் சென்று 'எனக்கு உன்னே சுத்தமா பிடிக்கலே. ஆனா அப்பிடி நடந்துடுமோ' எனச் சுட்டித்தனமாய்க் காதலைத் தெரிவிக்கும் வசனம் மிகமிகப் பிரபலம். ஷாலினியை அப்போது கவர்வது நாயகனின் சுட்டித்தனம் மட்டுமல்ல, துணிச்சலும்தான். 'மௌனராகம்' படத்தில் கார்த்திக் தன் காதலை கல்லூரி ஸ்பீக்கர் வழி சொல்வது, 'மிஸ்டர் சந்திரமௌலி' என உரக்கக் கத்தி சேட்டை பண்ணுவது ஆகியக் காட்சிகளை 'அலை பாயுதே' காட்சிக்கு இணையாகச் சொல்லலாம்.

'ரன்' படத்தின் மையமே இந்தத் துணிச்சல்தான். அப்படத்தின் ஒற்றைவரியே நாயகன் எப்படி வில்லனை முறியடிக்கிறான் என்பதுதான். காதல் அவனைத் தூண்டுவதற்கான சாக்கு மட்டுமே. சொல்லப்போனால் படத்தின் துவக்கத்தில் நாயகன் ஒரு தாதாவின் தங்கையைத் துணிச்சலாய்க் காதலித்து பின்னால் திரிகிறான். நாயகி அவனை ரௌடியான தன் அண்ணனின் வன்முறையைச் சுட்டி அவனைச் சீண்டுகிறாள். 'இப்படி திரிவதெல்லாம் துணிச்சல் அல்ல. என் அண்ணனுக்குத் தெரிந்தால் என்னவாகும் தெரியுமா?' என்கிறாள். காதலிப்பது அல்ல, அண்ணனை எதிர்த்து முறியடித்து தன்னைக் காதலிப்பதே அவனது ஆண்மை என்கிறாள். தன் அண்ணனிடம் இருந்து தப்பிக்க அவனை உசுப்பேற்றிக் கொண்டே இருக்கிறாள். இதற்காகத்தான் அவனைக் காதலித்துத் தன் பின்னால் சுற்ற வைக்கிறாளோ என்றுகூட நமக்குத் தோன்றும். இரண்டு பேருக்கும் காதலைவிட வில்லனைத் துணிச்சலாய்

எதிர்கொள்வதே முக்கியமாய் இருக்கிறது. இந்தத் துணிச்சல்தான் ஹீரோயிசம் ஆகிறது.

ஆனால் கௌதம் மேனன் படங்களில் வில்லன் முன் முறுக்கேறிய சேவலாய்த் திரியும் நாயகன் நாயகியை நெருங்கியதும் முட்டையிட்டு அடை காக்கும் கோழி போலாகி விடுகிறான். 'மின்னலே'வில் நாயகியைத் தான் காதலிப்பதாய் உணரும் நாயகன் அதை உடனே சொல்ல விரும்புவதில்லை. தன் மனதுக்குள் வைத்துக் கொஞ்ச கொஞ்சமாய் அந்த உணர்வை ரசிக்க விரும்புவதாய்ச் சொல்கிறான். அடுத்தடுத்தக் காட்சிகளில் அவளை நெருங்கிச் சொல்ல முடியாத நடுக்கத்தில் பின்வாங்கு கிறான். 'காக்க காக்க' படத்தில் ஜோதிகா சூர்யாவைத் தன் பூர்வீக வீட்டுக்கு அழைத்துப் போய்த் தன் காதலை 'வெட்கத்தை விட்டு' தெரிவிக்கிறார். இக்கட்டங்களில் வழக்கமாய் நாயகிகள் முடிவெடுக்க முடியாது திணறுவது போல் சூர்யா தடுமாறுகிறார். இதனை அடுத்து ஜோதிகா திரும்பவும் சூர்யாவை நாடிச் செல்கிறார். தன்னை ஏற்கும்படிக் கேட்கிறார். அவர் கெஞ்சுவதில்லை. கோருகிறார். தன் மனம் தன் வசம் இல்லை என உணரும் நொடியில் சூர்யா அதை ஏற்கிறார். இப்படத்தில் ஜோதிகாவுடன் தோன்றும் ஒவ்வொரு காட்சியிலும் சூர்யாவின் பலவீனத்தைப் பிரதானப்படுத்தும் விதமாகத்தான் கௌதம் மேனன் சித்தரித்திருப்பார். ஜோதிகாவுக்கு விபத்தாக, சூர்யா அவரைக் கையில் ஏந்தி காரில் ஏறி மருத்துவமனை விரைகிறார். காரில் ஜோதிகா அவர் மடியில் கிடக்கிறார். இத்தருணத்தை பிறகு நினைவுகூரும் ஜோதிகா அப்போது சூர்யா அழுத கண்ணீர்த் துணிகள் தன் கன்னத்தில் விழுந்ததைத் தான் உணர்ந்ததாய்ச் சொல்கிறார். தமிழ் சினிமா காதல் காட்சிகளில் எவ்வளவு முறை நாயகன் அழுதிருக்கிறான்? எனக்குத் தெரிந்து இல்லை. நாயகி தொலைவில் இருக்கையில் எதிரிகளைத் துவம்சம் செய்யும் சிங்கமாய் நாயகன் இருப்பான். ஆனால் ஒரே சட்டகத்தில் நாயகியுடன் சேர்ந்து தோன்றும்போது அவன் முயலாகி விடுவான். இப்படி கௌதம் மேன் நாயகர்களின் ஆண்மை முரண்பாடானது.

ஆண்மை உறுதிப்பட ஒரு நாயகன் ஒன்று இச்சையைத் தவிர்க்க வேண்டும் அல்லது இச்சையில் திளைக்க

வேண்டும் எனச் சொன்னேன். கௌதம் மேனனின் நாயகர்கள் இச்சையில் தவிக்கிறார்கள். ஆனால் அதில் மூழ்குவதில்லை. அவர்கள் குளிர்ந்த நீரில் கால் வைக்கத் தயங்கும் குழந்தையைப் போல் கரையிலேயே நிற்கிறார்கள். அவர்களுக்கு அப்படி விளிம்பில் நின்று சிலாகிக்கப் பிடித்திருக்கிறது. இவர்கள் எல்லாம் 'மோகமுள்' பாபுவைப் போன்றவர்கள். இறுதியில் பெண்ணை அடைந்து முகர்ந்தபின் 'இவ்வளவுதானா?' என மனம் உடைபவர் கள். அதனாலே அந்த இறுதிக் கட்டத்தைத் தவிர்ப்பவர்கள். 'மின்னலே'வில் மாதவனுக்குத் தன் காதலியுடன் இரவில் சேர்ந்திருக்க ஒரு வாய்ப்பு கிடைக்கிறது. அவள் தன்னை அறியாது அவன் மீது உரச அவன் இச்சையிலும் தயக்கத்தில் என்ன செய்வதெனத் தெரியாமல் தவிக்கிறான். இதை உணர்ந்து அவள் விலகிக் கொள்கிறாள். இன்னொரு காட்சியில் இரவில் அவள் அவன் மடியில் கவர்ச்சியான தோரணையில் படுத்து உறங்குகிறாள். அவன் அவள் அழகைப் பார்த்து ரசித்தபடி இருக்கிறான். இந்தக் காட்சியின் அமைப்பே அந்தப் பெண்ணின் உடல் மீது பார்வையாளனுக்கு இச்சையைத் தூண்டுபடியும் தன் கற்பனையைக் கண்டபடி எகிற விடும்படியும் இருக்கும். ஆனால் நாயகன் அப்படி எந்த எண்ணமும் இன்றிச் சிலையாக இருப்பான். பார்வையாளன்? திரைக்கு வெளியில் இருப்பதால் அவனும் 'செயலற்று'த்தான் இருக்க வேண்டும். அவனும் நாயகனும் இப்போது ஒரே புள்ளியில் இணைகிறார்கள். இச்சைப்படும் பொருளுக்கு வெகு அருகில் வந்து அதை அடையாமல் லேசாய் வருடியும் முகர்ந்தும் பார்த்து விலகும் ஒரு கிளர்ச்சி மனநிலை இது.

மிஷ்கின் படங்களின் விளிம்புநிலைக் காமத்தின் ஏற்கத்தக்க வடிவம்

'அஞ்சாதே' படத்தில் வில்லன் பிரசன்னா நாயகி விஜயலஷ்மியை அவள் குளிக்கும்போது நுழைந்து தொட முயல்வான். ஆனால் அவளை முழுக்க அடையும் நோக்கம் அவனுக்கு இராது. அவள் உடலை விலகி நின்று பார்ப்பது, லேசாய்த் தடவிப் பார்ப்பது, இவையே அவனுக்கு உச்சபட்சக் கிளர்ச்சி தரும். மற்றொரு காட்சியில் அவள் பூட்டிய அறைக்குள் உடை மாற்றும்போது வெளியே இருக்கும் அவன் கதவின் கீழ் இடுக்கில் ஒரு கண்ணாடியை

வைத்து அவளைப் பார்த்துக் கிளர்ச்சி அடைவான். 'யுத்தம் செய்' படத்தில் கிழவயது வில்லன்கள் இளம்பெண்கள் உடைமாற்றுவதை ரகசியத் திறப்பு வழி பார்த்தோ அல்லது அவர்களைக் கடத்தி வந்து பிற ஆண்கள் கொண்டு புணர வைத்து அதைப் பார்த்தோ கிளர்ச்சி கொள்பவர்களாக இருப்பார்கள். பேருந்தில் பெண்களை உரசி, தடவிவிட்டுக் கடந்து போகிறவர்கள், தொலைவில் இருந்து பெண்ணுடலை வேடிக்கை பார்த்து கொந்தளிப்பவர்கள் இதே வகைதான். நேரடியாய்ப் பெண்ணை அணுகுவதைவிடச் சற்றே அருகில் சென்று தன் இச்சையை வெளிப்படுத்திவிட்டு விலகுவதே இவர்களுக்கு உவகை தரும். இந்த உளவியலின் ரொமாண்டிக்கான, நல்லவிதமான வடிவம்தான் கௌதம் மேனனின் நாயகர்களின் காதல்.

காம விளையாட்டில் பாத்திர மாற்றம்

'மின்னலே'வின் பிறகான காட்சிகளில் நாயகன் அவளிடம் இரவில் கண்ணியமாய் நடந்து கொண்டதாய் இந்த நிதானமான அணுகுமுறை சிலாகிக்கப்படுகிறது. ஆனால் படம் முழுக்க அவன் எதைத் தவிர்க்க நினைக்கிறானோ அதை நோக்கி ஏங்கியபடியேதான் இருக்கிறான். இந்த ஏக்கத்துக்கு இயக்குநர் வேறு ஒரு பிம்பம் அளிக்கிறார். இது சுவாரஸ்யமானது. மாதவன் அவள் மீது இச்சை மிகுந்து தவிக்கும்போது வரும் பாடல்கள் நாயகி அவன் மீது ஏங்குவதாய்க் காட்சிகள் அமைக்கப்படுகின்றன. 'வசீகரா' பாடலில் மாதவன் சட்டையின்றி நிற்க நாயகி அவன் மீது உருகி மறுகி சுற்றி வந்து ஆடுகிறாள். ஆனால் திரைக்கதையின் பிற இடங்களில் நாயகியிடம் இந்தக் காம ஏக்கம் இராது. அது நாயகனின் அடிப்படை இயல்பு. ஆனால் பாடல்களில் நாயகி நாயகனின் இடத்தை எடுத்துக் கொள்வாள். வசனக் காட்சிகளில் அவன் இச்சைக்கான வடிவமாகி பாடல்களில் இச்சைத் துய்ப்புக்கான பிம்பமாகவும் மாறுவாள். அதாவது காம விளையாட்டில் இதை role reversal என்பார்கள். ஆண் தன்னைப் பெண்ணாகவும் பெண் தன்னை ஆணாகவும் கற்பனை செய்து கொள்வது. கௌதம் மேனன் படங்களில் காதல் விளையாட்டில் முதல் கட்டத்துக்கு மேல் முன்னேற முடியாமல் தயங்கி நிற்கிறான் நாயகன். அவன் அடுத்துத்

தன்னைப் பெண் பாத்திரமாகவும் நாயகியை ஆண் பாத்திரமாகவும் மாற்றி 'கூடலின்' அடுத்த கட்டத்துக்கு நகர்கிறான். இதன் வெகுஜன, கற்பனாபூர்வ வடிவம்தான் 'வசீகரா'.

கிட்டத்தில் ஆனால் எட்டத்தில் செக்ஸ்

காதலர் இடையே திருமணத்துக்கு முன்பே நிகழும் உடலுறவை அன்றாடக் காதல் நிகழ்வாய்த் துணிச்சலாய் முதன்முதலில் காட்டியவரும் கௌதம் மேனன்தான். 'வாரணம் ஆயிரம்' படத்தில் சூர்யாதன் முதல் காதலியிடம் துணிச்சலாய் பார்த்ததுமே காதலை வெளிக்காட்டுகிறான். கிடார் வாசித்துக் காட்டித் தன்னை ஏற்குமாறு இறைஞ்சு கிறான். ஆனால், தான் அமெரிக்கா செல்வதாகவும் காதலில் தனக்கு ஆர்வமில்லை என்றும் அவள் கூறுகிறாள். ஆனால் துவக்கத்தில் இருந்தே அவளுக்கு சூர்யா மீது ஈர்ப்பு இருந்து கொண்டிருக்கும். அவர் படங்களில் இப்படிக் கையில் வடை வந்ததும் காக்கா கொத்திக்கொண்டு போய்விடும். சூர்யா அவளைத் தேடி அமெரிக்கா போகிறார். அங்கு அவளுடன் ஒரே அறையில் தங்குகிறார். அவளைத் தன் காதலை ஏற்கச் செய்கிறார். கிட்டத்தட்ட அவர் காதல் நிறைவேறும் தருணம். இருவரும் உடலுறவு கொள்கிறார்கள். அதுவும் அப்பெண்ணின் தூண்டுதல் மற்றும் முன்னெடுப்புடன்தான். ஒரே அறையில் அவளுடன் தங்கியிருந்தும் அவர் அவளை அடைவதற்கான முயற்சிகளை எடுப்பதில்லை. ஆனால் அடுத்து விரைவில் அவள் குண்டு வெடிப்பில் இறந்து போகிறாள். இச்செய்தியைத் தன் அப்பாவிடம் அவர் ஃபோனில் அழைத்துச் சொல்லும்போது 'we had sex' என மீண்டும் மீண்டும் சொல்லிக் கதறுகிறார்.

இப்படி செக்ஸ் நிறைவேறும்போதும் அது கசப்பான அனுபவமாகவே எஞ்சுகிறது. அடுத்து, மற்றொரு பெண் அவரை விரும்புகிறாள். இந்நேரம் ராணுவ அதிகாரியாக இருக்கும் சூர்யா விலகி விலகிச் செல்கிறார். அவள் சூர்யாவைத் தேடி ராணுவ முகாமுக்கு வருகிறாள். அவருடன் சேர்ந்து ஒரே அறையில் தங்குகிறாள். அவளாகவே காமத்தையும் நாடுகிறாள். இரண்டு சந்தர்ப்பங்களிலும் பெண்கள்தான் செக்ஸுக்கு அனுமதிக்கவும் அதை

வழிநடத்தவும் செய்கிறார்கள். இந்த இடத்திலும் ஒரு ரோல் ரிவர்ஸல் நடக்கிறது. அப்போது வரும் 'அனல் மேலே பனித்துளி' பாடலில் சூர்யா டாப்லெஸ்ஸாக வருகிறார். நனைகிறார். அவரைக் கண்குளிரக் கண்டு அப்பெண் தன் தாகத்தைத் தணிக்கிறாள். இதற்கு முன்பு தொண்ணூறுகளில் சரத்குமார் பாடல் காட்சிகளில் அவ்வப்போது டாப்லெஸ்ஸாக வருவதுண்டு. ஆனால் அப்போதும் அவர் நாயகியை 'ஆதிக்கம்' செய்யும் பாத்திரமாகத்தான் இருப்பார். அவரது தசைகள் புடைக்கும் உடல், ஆதிக்க தோரணை வலுசேர்ப்பதாக மாறும். ஆனால் சூர்யா இப்பாடலில் நாயகியின் பார்வைக் காமத்திற்கு (voyeurism) ஆட்படும் செயலூக்கமற்ற (ஏ படங்களில் குளிக்கும் பெண்களைப் போல்) ஒரு சிலையாக மட்டுமே இருக்கிறார்.

'பச்சைக்கிளி முத்துச்சரம்' படத்தில் சரத்குமாரின் ஹீரோயிசம் முதலில் அடங்கிச் சென்று பின்பு பொங்கி எழும் இலக்கணப்படியானது. ஆனால் மிஸ்டர் மெட்ராஸை எப்படி அஞ்சிப் பதுங்கும் ஆண்மைப் பிம்பமாகக் காட்டுவது? இதற்காக இயக்குநர் செக்ஸ் தட்டுப் பாட்டைத் திரைக்கதையில் கொண்டு வருகிறார். தன் குழந்தை நீரிழிவால் பாதிக்கப்பட்டதால் சரத்தின் மனைவி மனம் தளர்ந்து போகிறாள். படுக்கையில் கணவன் நெருங்கும்போது ஒத்துழைப்பு அளிக்க மறுக்கிறாள். இந்தப் போதாமைதான் ரயில் பயணத்தின்போது சந்திக்கும் ஜோதிகா மீது சரத்தை ஆர்வம் கொள்ள வைக்கிறது. இருவரும் இணைந்து தனிமையில் செலவழிக்க வேண்டும் என ஜோதிகாவே (கௌதம் மேனனின் எல்லாப் படங்களிலும் போல) அவரை ஒரு வாடகை அறைக்கு அழைத்துச் செல்கிறார். அங்கே இருவரும் புணர்ச்சி கொள்ளத் துவங்கும்போது வில்லன் கதவைத் திறந்து உள்ளே வருகிறான். மிரட்டுகிறான். படம் முழுக்க நாயகனுக்கு செக்ஸ் எட்டாக்கனியாகவே இருக்கிறது.

'வேட்டையாடு விளையாடு' படத்தில் கமல் தன் மனைவியை இளம் வயதிலேயே இழக்கிறார். 'காக்க காக்க'வில் சூர்யா மனைவியுடன் முதலிரவில் இருக்கும்போது வில்லன் வந்து தாக்கி, குற்றுயிராக்கிவிட்டு மனைவியையும் தூக்கிப் போகிறான்.

இப்படி கௌதம் மேனன் தொடர்ந்து பாலியல் ரீதியாய் உருமாறும், பெண்மைமுன் மேலும் பெண்மையாய்க் குழையும், மிக நெருங்கி வந்தும் உடல் இச்சை முழுமையாய் நிறைவேற இயலாத வேறொரு ஆண்மையைக் கட்டமைத்திருக்கிறார்.

'மிச்சத்தை' இச்சிப்பது

தமிழ் சினிமாவில் மற்றவரின் தாரத்தை நாயகன் காதலித்த கதையே வந்ததில்லை. 'தளபதி'யில்கூடத் தான் கொன்றவனின் குழந்தையைப் பெற்ற பெண்ணை ரஜினி திருமணம் செய்வது ஒரு தியாகமாகத்தான் காட்டப் படுகிறது. அதுவும் அவர் அவளுடன் கூடாமல் வீட்டுக்கு வெளியேதான் படுத்துக் கொள்கிறார். 'நான் உனக்கும் உன் குழந்தைக்கும் ஒரு காவல். அவ்வளவுதான்' என அறுதிபட அப்பெண்ணிடம் சொல்கிறார். இப்படி எல்லை தாண்டாததன் மூலம் இப்படத்தில் மணிரத்னம் ரஜினி பாத்திரத்தின் ஆண்மை 'வீரியத்தை'க் காப்பாற்றுகிறார். கௌதம் மேனன் படங்களில் இது நேர்மாறாக நடக்கிறது. முதல் படமான 'மின்னலே'வில் மற்றொருவன் மணமுடிக்க வேண்டிய பெண்ணை மாதவன் காதலிக்கிறார். அவன் பெயரில் ஆள்மாராட்டம் செய்து அவளிடம் நெருங்கிப் பழகுகிறார். போலி அடையாளத்தில் காதலியுடன் பழகும் காட்சிகளில் அவரது உடல்மொழி மிகவும் பதற்றமும் அச்சமும் கொண்டதாகிறது. அவரது தத்தளிப்பும் நெகிழ்வும் ரொமாண்டிக்காகத் தோன்றினாலும்கூட ஆண் எதிரிகளை எதிர்கொள்ளும்போது இருக்கும் தன்னம்பிக்கை நாயகியை நெருங்கும்போது இருப்பதில்லை. ஒரு காட்சியில் தன் காதலியை முத்தமிட நெருங்கும் அவரால் அவள் உதட்டைத் தொட முடிவதில்லை. உறைந்து நின்று விடுகிறார். கடக்க முடியாத இடைவெளி இருவருக்கும் நடுவில் ஏற்படுகிறது. அது 'தான்' உண்மையில் 'தானாக' இல்லை எனும் உணர்வினால் இருக்கலாம். காதலியே தன்னை ஏற்றுக்கொண்ட பின்னரும் அவரால் ஒரு காதலனின் சுதந்திரத்தை எடுத்துக் கொள்ள முடிவதில்லை.

பெண்ணைத் தாக்கி ஆண்மையை அசைப்பது

அதுவரையிலான தமிழ்ப்படங்களில் நாயகியின் கற்பே நாயகனின் ஆண்மையைப் பொலிய வைக்கிறது என்றால்

கௌதம் மேனன் இந்த ஃபார்முலாவையும் தலைகீழாக்கு கிறார். 'வேட்டையாடு விளையாடு', 'என்னை அறிந்தால்' ஆகிய படங்களில் நாயகர்கள் ஏற்கெனவே திருமணமாகிக் குழந்தை உள்ள பெண்ணைக் காதலிக்கிறார்கள். அவர்களை நாயகன் புணர்வதாயோ உடல்ரீதியாய் நெருங்குவதாயோ காட்சிகள் இராது. மாறாக ஒரு நண்பனாக, குழந்தைக்குத் தகப்பனாக அவர்கள் தன்னை உருமாற்றிக் கொள்வார்கள். 'தளபதி' படத்தில் போல் இங்குத் தியாகத்துக்கு இடமில்லை. ஏற்கெனவே திருமணமாகிக் குழந்தையும் உள்ள பெண்களிடத்தே இந்த நாயகன் உண்மையில் வசதியாய் உணர்கிறான்.

'காக்க காக்க'வின் வில்லனான பாண்டியா இதற்கு நேர்மாறாக இருக்கிறான். சூர்யாவின் மனைவியைக் கவர்ந்து செல்லும்போது 'இவளை நான் தொட மாட்டேன். ஏன்னா இவள் உன் எச்சை' என்கிறான். அதாவது தமிழ் சினிமா இலக்கணப்படி, இந்த வில்லன் ஜோதிகாவைப் வன்புணர்ந்தால் அவனது ஆண்மை கம்பீரம் மறைந்து ஒரு மலினமான வில்லனாகி விடுவான். ஆனால் அவனுக்கு நாயகனை மேலும் தளர்த்தவும் வேண்டும். அதற்காய் அவளை விபசார விடுதி ஒன்றிற்கு விற்க முடிவு செய்கிறான். மனைவியைச் சோரம் போனவளாக ஆக்கி நாயகனின் ஆண்மையை மேலும் பலவீனமாக்க முயல்கிறான். 'வேட்டையாடு விளையாடு'விலும் வில்லன்கள் நாயகன் கமலைப் பழிவாங்குவதற்காக அவன் மனைவி கயல்விழியைக் கொல்கிறார்கள். அவர்களைப் பழிவாங்கும்போது 'ஏண்டா பொட்டை மாதிரி என் கயல்விழியை கொன்னே?' என்று கேட்கிறார் கமல். அதாவது நீ என்னைப் பொட்டையாக்க என் மனைவியைக் கொன்றாய், நான் உன்னைத் திரும்பத் தாக்கிப் பொட்டை யாக்குகிறேன் என்பதே இங்கு உரையாடலின் தொனி. 'காக்க காக்க'விலும் இறுதியில் நாயகி கொல்லப்படுகிறாள்.

'என்னை அறிந்தால்' படத்தில் நாயகனின் முன்னாள் நண்பனான வில்லன் பழிவாங்கும் நோக்கில் நாயகியின் அறைக்குள் நுழைந்து அவளைக் கொடூரமாய்ச் சிதைத்துக் கொல்கிறான். ஆனால் அவளைப் பலவந்தம் செய்வ தில்லை. கௌதம் மேனன் படத்தில் எந்த வில்லனும் அதைச் செய்வதில்லை. அவர்களுக்குப் பெண்

உடலைவிட ஆணின் ஆளுமையில்தான் ஈர்ப்பு அதிகம். இங்கு நாயக-வில்லன் மோதல் என்பதே பெண்ணைத் தாக்கிச் சீரழிப்பதன் மூலம், அவளைக் கொல்வதன் மூலம் நாயகனின் ஆண்மைக் கட்டமைப்பின் அஸ்திவாரத்தை வில்லன்கள் எப்படி அசைக்கிறார்கள், எப்படித் தம் ஆண்மையை அதன்வழி பாதுகாக்கிறார்கள் என்பதில் இருக்கிறது.

செக்ஸியான வில்லன்கள்

கௌதம் மேனனின் வில்லன்களுக்குப் பெண்ணுடல் மீது தீரா வெறுப்பு இருக்கிறது. அல்லது 'மின்னலே'வில் வருவது போல் அக்கறையின்மை. இப்படத்தில் வில்லன் தான் மணமுடிக்கப் போகும் பெண் இன்னொருவனைக் காதலிக்கிறாள் என அறியும்போது பொறாமையிலோ ஏக்கத்திலோ பொங்குவதில்லை. வழக்கமான வில்லன்கள் போல் பலவந்தமாய் அவளைத் தனதாக்க முயல்வதில்லை. அவனுக்கு அவள் உடல் மீது ஈர்ப்புக் குறைவு. தன் ஆண்மையின் கௌரவம் என்னவாகிறது என்று மட்டுமே யோசிக்கிறான். அவன் அவள் மனத்தில் நாயகன் இருப்பதை உணர்ந்ததும் விட்டுக் கொடுத்து விடுகிறான். அவனுக்கு எந்த உள்போராட்டமும் இல்லை. 'வேட்டையாடு விளையாடு'வில் வில்லன்கள் தம்மை அவமானப் படுத்தும் பெண்களைக் கடத்தி வந்து கற்பழிக்கிறார்கள். அதுவும் காமத்துக்காக அல்ல. கேவலப்படுத்த. ஆண்மையை நிருபிக்க. பிறகு கொன்று புதைத்து விடுகிறார்கள். இவர்கள் இருவரும் தன்பால் புணர்ச்சியில் அதிக விருப்பம் உள்ளவர்களாய்க் காட்டப்படுகிறார்கள்.

ஆனால் வில்லன்கள் நாயகன் மீது இந்தக் கொடூரமான கொலைவெறியைக் காட்டுவதில்லை. மாறாக நாயகன் மீது அபிமானத்துடன் இருக்கிறார்கள். 'வேட்டையாடு விளையாடு'வில் நாயகன் திறமையாய்த் தம்மை 'மோப்பம்' பிடித்துத் தேடி வந்து விட்டதை வில்லன்கள் சிலாகிக்கிறார்கள். சிலாகித்தபடியே அவனைக் கொல்ல முயன்று தோற்கிறார்கள். 'என்னை அறிந்தால்' படத்தில் தன்னை நண்பனாக நடித்து ஏமாற்றிய நாயகனை வில்லன் கொல்ல முயல்வதில்லை. நாயகனும் அப்படியே. பொறுமையாய்க் கடந்து செல்கிறான். பதிலுக்கு வில்லன்

நாயகனின் குடும்ப உறுப்பினர்களைத் தாக்குகிறான். கடத்துகிறான். அவனது கோபம் என்பது ஏனோ நாயகன் மீதல்லாது நாயகனின் மனைவி, குழந்தைகள் மீதே இருக்கிறது. நாயகனுக்கும் தனக்கும் இடையே உள்ள 'தடைகளாய்' அவன் குடும்ப உறுப்பினர்களான பெண்களைக் காண்கிறானோ எனத் தோன்றுகிறது. இறுதியில் நாயகன் வேறு வழியின்றியே வில்லனைக் கொல்கிறான். இந்த படத்தில் ஹீரோ-நாயகன் இடையிலான homoerotic நட்புப் பற்றி ஊடகங்களில் பேசப்பட்டது.

கௌதம் மேனன் முழுக்க வேறுபட்ட ஓர் ஆண்மையை, அதன் நுண்ணுர்வை, அழகியலைத் திரைக்குக் கொண்டு வந்தார். அது பார்வையாளர்களால் பரவலாக அங்கீகரித்து ரசிக்கவும் பட்டது. இந்த ஆண் தனது காதல் தேடலைப் பிரதானமாய் முன்வைத்தாலும் பெண்ணுடல் அவனை 'ஆண்மையிழக்க' வைக்கும் அம்சமாகவே இருந்தது. நாயகனின் ஆண்மையை மட்டுப்படுத்துவதன் மூலமே வில்லனால் சோபிக்க முடிகிறது. தன் ஆண்மையைக் கோலோச்ச வைக்க முடிகிறது. ஆனால் அவனுக்கு இந்த நெகிழ்வான, உணர்ச்சிகரமான ஹீரோ மீது ஓர் ஈர்ப்பும் அதேவேளை தோன்றுகிறது. நாயகனை மேலும் ஆதிக்கம் செலுத்தும் நோக்கில் அவன் தொடர்ந்து சவால் விடுகிறான். மோதுகிறான். இது படத்தில் நாயகன்-நாயகிக்கு இடையிலான ஊடல் போன்றே இருக்கிறது. இந்த இரண்டாம் 'ஊடலில்' வில்லன் நாயகியின் உடலைப் பணயமாக்கி சதிராட்டம் ஆடுகிறான். அதன் வழி நாயகனின் ஆண்மையை அசைத்து ஒவ்வொரு காயாக வெட்டி வந்து தன் ஆண்மையை வலுவாக்குகிறான். இந்த 'இரண்டாம் காதலின்' வெறியாட்டத்தில் வில்லன் தம் சமநிலையை இழக்கிறான். வீழ்கிறான். அவன் வீழ்ச்சி ஒரு காதலியின் ஒப்புக்கொடுத்தலைப் போன்றே இருக்கிறது.

ஷங்கர்: உருமாறும் உடல்களின் அழகியல்

•••

சிவாஜி, எம்.ஜி.ஆர், எம்.ஆர் ராதா காலத்தில் இருந்தே மனித வாழ்வின் சீரழிவு, மீட்சி, மலர்ச்சி ஆகியவற்றை உடல்களில் நிகழ்த்திப் பார்க்கும் ஆர்வம் நமக்கு இருந்துள்ளது. அதனாலேயே திறமையும் அழகும் மிக்க நாயகன் நோய் (ரத்தக்கண்ணீர் 1954, தெய்வமகன் 1969) அல்லது வறுமை (பராசக்தி 1952, கப்பலோட்டிய தமிழன் 1961), நல்ல நேரம் 1972) அல்லது சதியால் (பராசக்தி 1961, பாசமலர் 1961, உத்தம புத்திரன் 1958, அடிமைப்பெண் 1969, ஆயிரத்தில் ஒருவன் 1965, நாடோடி மன்னன் 1958, எங்க வீட்டுப் பிள்ளை 1965, குடியிருந்த கோயில் 1968, மலைக்கள்ளன் 1954, மதுரைவீரன் 1956) நொடிந்து, உருமாறிச் சீரழிந்துபோன நிலையில் தோன்றிப் போராடுவது அல்லது தன் நிலையை எடுத்துரைத்துப் பார்வையாளர் களை உருக வைப்பது இங்கு ஒரு வெற்றிகரமான பார்முலாவாக இருந்துள்ளது. இவற்றில் சில படங்களில் இந்த வாழ்க்கைச் சீரழிவு அல்லது நிலைமாற்றம் உடல் உருமாற்றமாய்க் காட்டப்பட்டதுண்டு.

சில படங்களில் நாயகனின் குறையை அவனது சீரழிந்த உருவம் மூலம் காட்ட நேரும். அப்போதெல்லாம் ஹீரோயிசத்தைத் தக்க வைப்பதற்காக இரட்டை வேடப் படமாக அதை மாற்றி விடுவார்கள். ஒரு நாயகன் குரூரமானவனாக, வில்லனால் ஏமாற்றப்பட்டு அவன் பக்கம் சாய்பவனாக, ஏமாளியாக, பயந்தாங்கொள்ளியாக, வலிமையற்றவனாக இருப்பான். மற்றொரு நாயகன் இவனுக்கு நேர்மாறாக உன்னதமானவனாய் இருப்பான்.

'எங்க வீட்டுப் பிள்ளை' படத்தில் எம்.ஜி.ஆர் நம்பியாரிடம் சாட்டையடி வாங்குவது இப்படித்தான் உச்சபட்சமான ஒரு ஹீரோயிச காட்சியானது. இன்னொரு பக்கம் நாயகனின் சுயநலமற்ற வீழ்ச்சியை உருமாற்றம் மூலம் காட்டும்போது அது மக்களைப் பரவசம் கொள்ளச் செய்தது. 'பாசமலர்' படத்தில் தங்கை மீதான அன்புக்காகத் தன் சொத்துக்களையும் வாழ்க்கையையும் தொலைத்து இறுதியில் வறுமையில் வாடி கண்களற்றுத் தவிக்கும் சிவாஜியின் பாத்திரத்தில் ஒரு மிகப்பெரிய ஹீரோயிசம் இருந்தது. சுருக்கமாய்ச் சொல்வதானால் மனிதன் இழிவு படுவதில், அவலத்தில் தவிப்பதில், சீரழிந்து நொடிவதில், அதை அவன் உடல் உருமாற்றம்வழிக் காட்டுவதில் ஒருவித ஹீரோயிசம் உள்ளது. அதை மக்கள் காண விரும்பினார்கள். இன்றும் விரும்புகிறார்கள்.

அன்றையத் துன்பியல் படங்கள் ஒரு ஹீரோவின் இந்த உருமாற்றத்துடன் உருக்கமாய் முடிந்தன. இன்பியல் படங்கள் இரட்டை வேடப் பாத்திரங்கள் மூலமாய் உருமாற்ற அவலத்தில் இருந்து ஹீரோ மீள்வதைச் சமநேரத்தில் காட்டி மகிழ்ச்சியில் முடிந்தன. (குடியிருந்த கோயில், எங்க வீட்டுப் பிள்ளை.)

எண்பது, தொண்ணூறுகளில் இந்த ஃபார்முலாவைச் சிறப்பாய்ப் பயன்படுத்தியவர் ரஜினிகாந்த். தொடர்ந்த வாழ்க்கை நிலை மாற்றங்கள், நெருக்கமான உறவுகளின் துரோகங்கள், பண வசதிகளின் நிரந்தரமின்மை, (கமர்சியலான) மாயவாதம் ஆகியவற்றைப் பேசுவதற்கு ரஜினி இதைப் பயன்படுத்தினார். ஆனால் முக்கியமாக அவர் இரட்டை வேடத் தேவையை ஒழித்துக் கட்டினார். 'எங்க வீட்டுப் பிள்ளை'யின் ராமு மற்றும் இளங்கோ பாத்திரங்களை ரஜினி ஒரே பாத்திரத்திரமாய் ஒன்றிணைத்தார். அவரது கணிசமான வெற்றிப் படங்களில் அவர் ராமுவாக (அமைதியாக) இருந்து இளங்கோவாகவோ (வன்மம் மிக்கவராகவோ) அல்லது வன்மத்தில் இருந்து அமைதிக்குத் திரும்புகிறவராகவோ தோன்றினார். ஒரே படத்தில் இந்தப் பாத்திர மாற்றங்கள் பலமுறை நிகழ்வதும் உண்டு. சில வேடங்களில் அவர் ரெட்டை வேட ஃபார்முலாவையும் பயன்படுத்தினார். ஆனால் ரெட்டை வேடங்களிலும் ரஜினியின் இருவேறு

ஆளுமைகள் வெளிப்படுவதாகவே ரசிகர்கள் பார்த்தனர். தர்மத்தின் தலைவன் (1988), ராஜாதி ராஜா (1989), அதிசயப் பிறவி (1990) ஆகியப் படங்கள் இதற்கு உதாரணம். முள்ளும் மலரும் (1978), தர்மத்தின் தலைவன், ராஜாதி ராஜா, அதிசயப் பிறவி, மன்னன் (1992), பாண்டியன் (1992), அண்ணாமலை (1993), உழைப்பாளி (1993), பாட்சா (1995), முத்து (1995), அருணாச்சலம் (1997), பாபா (2002) என இந்தப் பாணி ரஜினி படங்களின் பட்டியல் நீண்டது. இந்தப் படங்களில் ரஜினியின் உருமாற்றம் என்பது மனமாற்றமாகவோ, வேடமாகவோ, அல்லது வயது மாற்றமாகவோ இருக்கும். உடல் உருமாற்றம் மூலமாய் வாழ்க்கையின் அநிச்சயத்தை பேசுவது ரஜினியின் பாணியாக அமைந்தது.

சிவாஜி- எம்.ஜி.ஆர் காலகட்டத்து ஃபார்முலாவை இவ்வாறு ரஜினி தனக்கு ஏற்றபடி வெற்றிரமாய் மாற்றியமைத்த வேளையில் விஜயகாந்த் போன்ற வேறு சில ஹீரோக்களும் அதை முயன்று பார்த்துள்ளனர். இருந்தாலும், கறுப்பு வெள்ளை காலகட்டத்துக்குப் பிறகு இங்கு ரெட்டை வேடம், உருமாற்றம் ஆகியவை ஒரு பெரிய டிரெண்டாக மாறவில்லை. ஆனால் தொண்ணூறுகளில் ஒருவர் இந்த உருமாற்ற ஃபார்முலாவை காட்சிபூர்வமான அழகியலாகத் தன் படங்களில் பயன்படுத்திப் பெரும் வெற்றி பெற்றார். அவர்தான் ஷங்கர்.

ஜென்டில்மேன் (1993)

உருமாற்றம் இப்படத்தின் நாயகனின் வாழ்க்கை உத்தியாகவும் திரைக்கதையில் பாத்திர இயல்பைக் காட்டும் உத்தியாகவும் ஒரே சமயம் உள்ளது. கிச்சா எனும் கிருஷ்ணமூர்த்தி பல வேடங்களில் தோன்றி அரசு மற்றும் தனியார் செல்வத்தைக் கொள்ளையடிக்கிறான். தன்னைப் பொதுப்பார்வையில் இருந்து மறைத்துக் கொள்ள அப்பள நிறுவனம் நடத்தும் ஐயராக வேடம் போடுகிறான். ஆனால் இதுவும் வெறும் வேடம் அல்ல. அவன் அப்பள உற்பத்தியில் லட்சியபூர்வமாய் ஈடுபடுகிறான். அவனை ஒருதலையாய்க் காதலிக்கும் சுசீலா இருவர் பெயர்களை யும் அப்பளங்களில் எழுதி அவை தவறுதலாய் ஒரு திருமண வைபவ விருந்துக்குச் சென்றுவிட கிச்சா தன்

நிறுவனத்துக்கு இதனால் அவப்பெயர் ஏற்பட்டு விட்டதாய்க் கடுமையாய்க் கொந்தளிக்கிறான். அதே போல அப்பள உற்பத்தியை லாபமாக்கும் பொருட்டு அங்குப் பணி செய்யும் வயதானவர்களை வேலையில் இருந்து நீக்கவும் மறுக்கிறான். அவன் அப்பள முதலாளியும்தான்; இல்லையும்தான். அவன் கொள்ளையன்தான். ஆனால் கொள்ளைப் பணத்தை சுயதேவைக்குப் பயன்படுத்துவ தில்லை. அதைக் கொண்டு சமூகத் தொண்டு செய்கிறான். அவன் பிறப்பால் பிராமணன் அல்லாவிடிலும் இயல்பால் பிராமணனே என நம்பியார் ஒருமுறை சொல்கிறார். பின்னர் பிராமண வேடத்தைப் பூண்டு உடம்பால் சத்திரி யனாகவும் புத்தியால் சாணக்யானகவும் இருக்கத் தூண்டுகிறார். கிச்சாவின் கொள்ளை வழக்குகளை விசாரிக்கும் காவல் அதிகாரி அவன் ஒரு பிராமணன் என முதலில் அறிய வரும்போது அதிர்ச்சி அடைகிறான். ஒரு பிராமணன் கிச்சா செய்ததைப் போன்ற சாகசங்களுக்குத் துணிய முடியாது என அவன் எண்ணுகிறான். கிச்சாவின் தொழிலும் நோக்கங்களும் இயல்பும் இப்படி இன்னதென வரையறுக்க முடியாதவை.

காட்சி அழகியலை எடுத்துக் கொண்டால் இப்படம் முழுக்க உருவழியும் மனிதர்கள் வருகிறார்கள். நாயகன் அறிமுகமாகும் முதல் கொள்ளைக் காட்சியிலேயே அவன் தனது ஒற்றைக் காலை விபத்தில் இழந்த வாகன ஓட்டியாக வேடம் அணிகிறான். அவனது துண்டான ஒரு கால்தான் முதலில் நமக்குக் காட்டப்படுகிறது. பழனியில் கோயில் உண்டியலை கிச்சா கொள்ளையிட வருவான் என எதிர்பார்த்து அழகர் நம்பி காத்திருக்கும் காட்சியில், உருமாறும் மொட்டைத் தலைகள் பல பின்னணியில் கடந்து செல்கின்றன. இறுதியில் கிச்சாவைத் தவற விடும் நம்பி தானும் மொட்டையிடுகிறார். (ஷங்கர் இணை இயக்குநராகப் பணியாற்றிய) 'சூரியன்' (1992) படத்தில் போன்றே இங்கும் மொட்டையிடுவது ஒரு மனிதன் கௌரவத்தை இழந்து இழிநிலையை ஏற்பதன் உருவகமாகவே வருகிறது. சுசீலா தோன்றும் முதல் காட்சியிலேயே அவள் கிச்சா மீதுள்ள தனது அர்ப்பணிப்பைக் காண்பிக்க தன் தாவணியை எடுத்து அவனது பெயர் தாங்கிய பலகையின் அழுக்கைத் துடைக்கிறாள். அப்போது அவள் தாவணி கழன்று போகிறது. அவ்வாறு தன் உடல்

பங்கப்பட்டுக் குறைபடுவதை அவள் பொருட்படுத்துவ தில்லை. அவளது உறவுக்காரப் பெண் சுகந்தி துணிச்சலும் விடலைத்தனமும் மிக்கவள். கட்டுப்பெட்டியான அந்த அக்கிரகாரத்தில் அவள் குறைவான ஆடை அணிந்து, உடம்பின் பவித்திரத்தை உடைக்கும் டிக்கிலோனா போன்ற பல வேடிக்கை விளையாட்டுகளை நடத்துகிறாள். தன் மனத்தில் எந்த அழுக்கும் இல்லை என்பதால் இந்தப் பாலியல் மீறல்களில் தவறில்லை என்றும் அவள் கிச்சாவிடம் ஒருமுறை சொல்கிறாள். அவள் எப்படி அக்கிரகாரத்தில் உடைப்பை ஏற்படுத்துகிறாள் என்பதையும் அவளது குழந்தைத்தனமான இயல்பையும் காட்ட, உடலின் ஒழுங்கைச் சீர்குலைக்கும் பல (வக்கிரமான) நகைச்சுவைக் காட்சிகளைத்தான் ஷங்கர் பயன்படுத்துகிறார்.

கல்வி அமைச்சரும், பின்னர் முதல்வராகவும் ஆகும் ராஜன் பி தேவின் தீமையை ஸ்தாபிக்க அவர் தூண்டுதலின் பெயரில் கிச்சாவின் தாய் தன்னை நெருப்பில் மாய்க்கும் காட்சியும், கிச்சாவின் நண்பன் ரமேஷ் மனம் பிறழ்ந்து தற்கொலை செய்யும் காட்சியும் வருகின்றன. இறந்த ரமேஷின் மூளையை கையில் ஏந்தி கிச்சா கதறும் காட்சியில் ரமேஷ் அந்த மூளை மட்டுமேயாக காட்டப் படுகிறான். வாய்ப்பற்று நசுக்கப்படும் இளந்தலைமுறை மூளைகள். இறுதிக் காட்சியில் ஓர் இளைஞன் தன் உடம்பில் குண்டைக் கட்டி வில்லன் மீது மோதிச் சிதறடிக்கிறான். அப்போது தனியாய்க் கிடந்து துடிக்கும் அவன் இதயத்தை மட்டும் ஷங்கர் காட்டுகிறார். ரமேஷ் வெறும் மூளை என்றால் இந்த இளைஞன் வெறும் இதயம் - உணர்ச்சிகரமான மனிதன். மனிதனைத் துண்டுத் துண்டாய், சிதறியவனாய், உருக்குலைந்தவனாய்ச் சித்தரிப்பதில் ஷங்கருக்கு உள்ள ஆர்வம் இப்படத்திலேயே துவங்குகிறது. ஒரு பாத்திரத்தின் இயல்பைக் காட்டவும், ஒரு திருப்பு முனையைச் சித்தரிக்கவும் இப்படம் முழுக்க உருவழியும் உடல்கள் வருகின்றன.

முதல்வன் (1999)

ஊடக வளர்ச்சி நம் ஜனநாயக அரசியலை எப்படி மற்றொரு நிலைக்கு எடுத்துச் செல்லப் போகிறது என மிகை-நம்பிக்கையுடன் பரிசீலித்த படம் இது. ஷங்கரின்

படங்களில் மிகமிகக் குறைவாக உட்புறக் காட்சிகள் கொண்ட படம் இது. ஒன்றிரண்டு உட்புறக் காட்சிகளும் குடும்பத்தில் தாய் தந்தையருடன் நாயகன் மகிழ்ச்சியாக நிம்மதியாய் இருப்பதைக் காட்ட, வில்லனான அரங்கநாதனை நாயகன் சென்று பார்த்து உஷ்ணமாய்ப் பேசி சவால்விட்டு வருவதற்கு எனப் பயன்படுகின்றன. நாயகனும் நாயகியும் அநேகமாய் எல்லாக் காட்சிகளிலும் வெட்டவெளியில்தான் சந்திக்கிறார்கள். பிற இயக்குநர்கள் இப்படியான வெளியிடக் காதல் காட்சியில் காதலர்களை மையமாய் வைத்து, காதல் உணர்வை மிகையாகக் காட்டப் பின்னணியைப் பயன்படுத்துவார்கள். ஆனால் ஷங்கர் பெரும்பாலான காட்சிகளில் வெட்டவெளியில் யாரோ அவர்களைக் கண்காணிக்கும் வாய்ப்புள்ளதை, அவர்களுக்கு ஆபத்து ஏற்படலாம் என்பதைக் குறிப்புணர்த்தியபடி இருக்கிறார். புகழேந்தி முதன்முதலில் தேன்மொழியைக் கண்டு காதலுற்று அவளிடம் காதலைத் தெரிவிக்கும் வரை அவளை ரகசியமாய் படம்பிடித்துக் கொண்டிருக் கிறான். அதாவது அவள் அவனால் கண்காணிக்கப் படுகிறாள். அவர்கள் இணைந்தபின் அவளது அப்பா அவர்களைக் கண்டுவிட்டு எச்சரிக்கிறார். இதன் உச்சக்காட்சி முதல்வராக ஆன பின் மாறுவேடமிட்டு தேன்மொழியின் கிராமத்துக்கு அவளைக் காண வரும் புகழேந்தி ஒரே சமயம் உளவுத்துறையினராலும் வாடகைக் கொலையாளிகளாலும் கண்காணிக்கப்படுகிறான். வயலில் அவனும் தேன்மொழியும் தனித்துப் பேசிக் கொண்டிருக்கையில் ஒரே சமயம் வாடகைக் கொலை யாளிகளால் தாக்கப்பட்டு, பாதுகாப்புப் படையினரால் காப்பாற்றப்படுகிறான். அரங்கநாதன் புகழேந்தியின் வீட்டின் ஒரு பகுதியை முதலில் கார்ப்பரேஷன் மூலம் இடிக்கிறார். கூரையில்லாத, சுவர்களில்லாத தன் வீட்டில் அவனும் அவன் பெற்றோரும் ஊர்ப்பார்வையில் மிரட்சியும் இருக்கும் அக்காட்சி முக்கியமானது. ஒரு மனிதனைத் தகர்க்க அவன் அந்தரங்கத்தைப் பட்டவர்த்த மாக்க வேண்டும் - வீடில்லாமல் செய்ய வேண்டும். அரங்கநாதன் இரண்டாவது முறை அதேவீட்டில் குண்டு வைத்துப் புகழேந்தியைக் கொல்ல முயல்கிறார். அப்போது அவ்வீடு இடிந்து தரைமட்டமாகிறது. அப்போது அவன் பெற்றோரின் உடல்கள் சிதறுகின்றன. அவன் ஒவ்வொரு

துண்டாய்ப் பொறுக்கி எடுத்து அழுகிறான். தன் வீட்டில் தனக்கு அந்தரங்கமாய், மகிழ்ச்சியாய் இருந்த தருணங்களை நினைவுபடுத்தும் பொருட்களைத் தேடி எடுத்துக் கதறுகிறான். கண்காணிப்பது அரசின் நுண் அதிகாரம் என்றால், ஒரு மனிதனைப் பலவந்தமாய் வெட்ட வெளியில் வைப்பது அரசின் வன்-அதிகாரம்.

ஊடகங்களின், அதிகார வர்க்கத்தின் கண்காணிப்பில் தனிமனித உடல்கள் ஒரே சமயம் மிகப்பெரிய சமூக அதிகாரத்தைப் பெறுகின்றன; அதே சமயம் அவர்கள் ஒரு புழுவாக நசுக்கப்படவும் கூடும் என்பதைக் காட்டுகிறார் ஷங்கர். அதிகாரத்தின் கிளர்ச்சியும் பாதுகாப்பின்மையின் பதற்றமும் இந்த ஊடக யுகத்தின் அடிப்படை உணர்ச்சிகள். இப்படம் முழுக்க இந்த உணர்ச்சிகள் மீளமீள வருகின்றன. தனிமனிதனின் ஆளுமை, உணர்ச்சிகள், நம்பிக்கைகள், திறன் ஆகியவற்றுக்கு இனி தனியாக எந்த மதிப்பும் இல்லை; அவை ஊடகங்கள் வழி ஒன்று சிறுத்துப் போகும்; (முதல்வர் அரங்கநாதனுக்கு நேர்வது போல - 'என் முப்பது வருச அரசியல் வாழ்க்கைக்கு கரும்புள்ளி செம்புள்ளி குத்தி கழுதை மேல ஏத்தீட்டான்யா' எனத் தன் வாழ்க்கையைத் திருப்பிப் போட்ட 'நேருக்கு நேராக' பேட்டியைப் பற்றிச் சொல்லும் அரங்கநாதன் அந்த வாழ்க்கையைக் கூட ஓர் உடலாகத்தான் கற்பிதம் செய்கிறார்.) அல்லது பிரமாண்டமாய்ப் பெருத்திடும். (அரசாங்கத் தேர்வுக்காகத் தயாரிக்கும் நிருபர் புகழேந்தியை அரசாங்க சிம்மாசனத்தி லேயே ஏற்றி அது அமர வைக்கிறது.)

இப்படி உடல்களின் உருமாற்றத்தை 'முதல்வன்' படத்தில் மீடியா வழி நிகழ்த்திப் பார்க்கும் ஷங்கர் காதல் காட்சி களைச் சித்தரித்த விதம் சுவாரஸ்யமானது. முதல்வர் தொகுதி வளர்ச்சியை நேரில் பார்வையிடுவதைப் படம்பிடிக்கும் புகழேந்தி அங்கு முதல்வரிடம் குறை தெரிவிக்கும் தேன்மொழியை முதலில் தன் படக்கருவி வழியாகத்தான் காண்கிறான். அதன் பிறகு அவளை ரகசியமாய் கிராமத்தில் பின் தொடர்கிறான். தான் படம் பிடித்ததை அவளுக்குத் தொலைக்காட்சியில் காண்பித்துக் கவர முயல்கிறான். அவள் அப்போது தான் அழுததை அவன் படம் பிடித்ததைக் குறிப்பிட்டுக் கோபப்பட்டுப் போகிறாள். தன் பெயரைக்கூட அவள் நேரடியாய்ச்

சொல்வதில்லை. அந்த வீடியோப் பதிவில் இருந்து அறிந்து கொள்ள கேட்கிறாள். இதன் பிறகுதான் அவன் அவளை ரகசியமாய்க் கண்காணித்து (மேக்ரோ ஷாட்கள் மூலம்) மிகமிக ரொமாண்டிக்காக அவளைப் படம்பிடித்து மீண்டும் அவளிடம் காண்பித்து அவள் காதலை வெல்கிறான். (இப்படி அவன் தன்னை மறந்து அவளைப் படம் பிடிக்கும் காட்சியில் இயற்கை அவனைக் கவனித்துக் கொண்டிருக்கிறது. ஒரு பாம்பு அவன் காலைக் கடிக்கிறது. பின்னர் 'முதல்வனே' பாட்டில் இதே பாம்பை அரங்கநாதனாக ஷங்கர் சித்தரிக்கிறார்.) ஏனென்றால் காதல் என்பது இந்த யுகத்தில் தனது சுய முகத்தை மறைத்து இன்னொரு அழகான முகத்தைக் காட்டுவதும், அதைப் பலமடங்காக பெருக்குவதுமே. தேன்மொழியை மணமுடித்துத் தரக் கேட்டு புகழேந்தி அவள் வீட்டுக்குச் சென்று அப்பாவிடம் கேட்கும் காட்சியும் முக்கியம். இக்காட்சியில் புகழேந்தியின் அப்பா காதல் பஞ்சாயத்துக் காக உறவினர், அண்டை வீட்டாரை அழைத்து அமர வைக்கிறார். இவர்கள் வீட்டு மைய அறையில் அமர்ந்திருப்பது ஊரில் மக்கள் தொலைக்காட்சி பார்க்க அமர்ந்திருப்பது போல் உள்ளது. இவர்கள் முன் புகழேந்தியும் அவன் நண்பன் பலவேசமும் ஆடிப் பாடி, கராத்தே செய்து காட்டி நல்ல பெயர் வாங்க முயல்கிறார்கள். தொலைக்காட்சிக்குப் பதில் அவர்களே சுய-ஊடகம் ஆகிறார்கள். இப்படி ஒவ்வொரு சின்ன சின்ன வாய்ப்பிலும் ஷங்கர் எப்படி மனிதர்கள் இனி தம் உடல்களைத் தாமே நிகழ்த்திக் காட்டி தம்மைச் சுய ஊடகமாய் மாற்றுவார்கள், அதன் வழி எதையாவது வெல்வதற்கு முயல்வார்கள் எனச் சித்தரிக்கிறார்.

இப்படத்திலும் மனிதர்கள் தம் உக்கிரமான உணர்ச்சி ஒன்றைக் காட்ட, உடலின் பவித்திரமான, முக்கியமான ஒன்றைச் சிதைக்கிறார்கள் ('ஜெண்டில்மேன்' படத்தில் வில்லனான முதல்வர் குற்றம் சாட்டப்பட்டு நீதிமன்றம் வரும்போது உணர்ச்சியவயப்பட்ட நிலையில் ஒரு தொண்டன் பெட்ரோலுடன் தன்னை எரித்து அவர் மீதுள்ள ஆதரவைக் காட்ட முன்வருகிறான்.) 'ஜெண்டில்மேன்' சுசீலா போல இதிலும் தேன்மொழி ஒருநாள் முதல்வராய் இருந்து சாதித்த தன் காதலனுக்கு அதற்கு இணையான பரிசாய்க் கொடுக்க தன்னிடம் தன் உடல் மட்டுமே உண்டு

எனக் கூறி அவன் முன் தன் தாவணியை அகற்றி தன்னைத் துய்க்கும்படிக் கேட்கிறாள். 'காதலன்' ஷ்ருதி தன் காதலனைக் காப்பாற்றத் தன்னை ஒரு சிதிலமடைந்த அறையில் பூட்டிக் கொண்டு உடம்பை அழுக்காக்குகிறாள். பைத்தியமாக நடிக்கிறாள். 'ஜீன்ஸ்' படத்தில் இரட்டை யாக நடிக்க நேரும் மதுமிதா அதற்கு ஒரு பாடல் காட்சியில் ('கண்ணோடு காண்பதெல்லாம்') தொழில் நுட்பம் மூலம் தன்னை இரு உடல்களாய்க் காட்டுகிறாள். ஆனால் அப்போது ஏற்படும் தடைகளால் அவள் இரட்டை உருவம் தலைகீழாகவும் பலவிதங்களில் உருமாறியும் தெரிகிறது. 'பாய்ஸ்' படத்தில் பெற்றோரை எதிர்த்து மணம் புரியும் முன்னாவும் ஹரிணியும் திருமண இரவன்று குப்பைப் பொருட்கள் மண்டிய இடத்தில் தங்குகிறார்கள். அங்கு அவர்கள் உயிர்பெற்ற குப்பைப்பொருட்களுடன் நடனமாடும் காட்சியையும் இந்தத் தியாகச் சிதைவு வகையில் சேர்க்கலாம். இவற்றில் சில தேய்வழக்கானவை என்றாலும் இக்காட்சிகளில் ஷங்கரின் தனிமுத்திரை உண்டு.

அரங்கநாதனின் பிரதான இயல்பு அகங்காரம். அவரது உடல் அவரது அகங்காரத்தின் உருவகம். ஒரு காட்சியில் அவரிடம் தன் அன்பைக் காட்ட ஒரு தொண்டன் அவர் கையைப் பற்றி இழுக்க அவனது நகம் பட்டு அவர் கையில் லேசாய்க் கிழிகிறது. தன் உடலில் சிறு பிசிறு ஏற்படுவதும் தன் ஆளுமைக்கு இழுக்கு என எண்ணும் அவர் அவன் கையை முறிக்கிறார். தன் ஆட்சி பறிபோனதும் புகழேந்தியைப் பழிவாங்க குண்டு வைத்துப் பல மனித உடல்களைச் சிதைக்கிறார். இறுதியில் புகழேந்தி அவர் வீட்டுக்கு வந்து மென்னியை நெருக்கி அவருக்கு எச்சரிக்கை விடுத்து விட்டுச் சென்ற பின் தன் மனைவியிடம் பேசும் அரங்கநாதன் 'என் தலையைக் கலைச்சிட்டான். சீப்பைக் கொடு' எனக் கேட்டு வாங்கி முடியைச் சரி செய்கிறார். அவர் உடலில் நிகழும் சிறுசிறு உருக்குலைவுகள், அதன் ஈகோ சிண்டல்கள், அது பிற உடல்களில் நிகழ்த்தும் பிரம்மாண்ட விளைவுகள் என இப்படத்தைத் தனியாகப் பார்க்க முடியும்.

கோணல் உடல்

புகழேந்தியின் அப்பாவான கோட்டோவியர், புகழேந்தியை, அரங்கநாதனை, பிற அரசியல்வாதிகளின் உடல்களைக்

கோணலாக்கி வரையும் ஓவியங்கள் படம் முழுக்க வருகின்றன. தன்னை அதிகாரம் மூலம் பெருக்க முனையும் உடல்கள் மீதான பகடியாக இந்தக் கோட்டோவியங்கள் வருகின்றன. இவற்றைத் தனியாய்த் தொகுத்து, மொத்தப் படத்தையும் வேறொரு பார்வையில் பார்க்கலாம். ஒரு காட்சியில் அவர் புகழேந்தியின் எதிர்கால மனைவியின் கிளி மூக்கு, சங்குக் கழுத்து ஆகியவற்றைப் பகடி செய்யும்படி வரையும் ஓவியத்தை, புகழேந்தி பின்னர் தேன்மொழியை நுணுக்கமாய்ச் சிலாகித்துக் காணொளியாய்ப் பதிவு செய்யும் காட்சியுடன் ஒப்பிடலாம்.

எளிய மனிதன் ஊடகத்தைச் சாதகமாய்ப் பயன் படுத்துவதே தேவை என வலியுறுத்தும் படம் என்பதால் இறுதியில் அரங்கநாதன் தன்னைக் கொல்ல முயல்வதாய் நாடகமாடி (வெளியே தொலைக்காட்சிப் பார்வையாளர்கள் போல் காத்திருக்கும் பாதுகாப்புப் படையினரை அழைத்து) புகழேந்தி அவரைக் கொல்கிறான்.

காதலன் (1993) மற்றும் பாய்ஸ் (2003)

'மொத்தம் நாலு கிலோ எலும்பு, ரெண்டு மீட்டர் தோலில சுத்தி வச்சிக்கிட்டு, உனக்கு... உனக்கு கவர்னர் பொண்ணு கேட்குதா?'

'உன் பேரு என்னடா?'

'பிரபு.'

'நசுங்கிப் போன சொம்பை மாதிரி மூஞ்சிய வச்சிக்கிட்டு பேரைப் பாரு பிரபு!'

உடல் கழிவுகளின் காதல் – தலைமயிர், ஊக்கு, குப்பைக்கூளம்

இப்படத்தில் பிரபு தன் காதலி ஷ்ருதியின் கழிவுகளைத்தான் அதிகம் நாடுகிறான். ஏன் அவன் ஷ்ருதியை நேரடியாய் அடைய முயல்வதில்லை? நாம் நம்மில் எதைப் பார்க்கிறோமோ அதையே பிறரிடமும் காண்கிறோம். நம்மில் உன்னதத்தைக் கண்டால் பிறரிலும் அதைத் தேடுகிறோம். பிரபு தன் உடலை சமூகத்தின் விளிம்பில் உள்ள, பொருட்படுத்தத்தகாத கழிவாகப் பார்க்கிறான். ஆக, தன் காதலியின் மயிர்க்கற்றை, ஊக்கு ஆகியவற்றைச் சேகரிக்கிறான். அவளது வியர்வையை, எச்சிலை

மகத்துவதப்படுத்துகிறான். அவளிடம் இருந்து எந்தப் பரிசையையும் அவன் நாடிப் பெறுவதில்லை. அவள் உதிர்ப்பதைச் சேகரிக்கிறான். ('அந்நியன்' அம்பியும், 'ஜீன்ஸ்' மதுமிதாவும் இதையே செய்கிறார்கள்.) ஷ்ருதியின் ஊக்கு தொலைந்து போக அதை மீட்க அவனது அப்பா கதிரேசன் கார்ப்பரேசன் குப்பை லாரியில் உள்ள குப்பைக்கூளத்தைக் கிளறி தேடும் காட்சி முக்கியமானது. கதிரேசனின் அப்பா இந்த நடவடிக்கையைக் கண்டிப்ப தில்லை; ஆதரிக்கிறார் என்பது முக்கியம். பிரபுவுடன் ஷ்ருதி ஓர் இரவைக் கழித்ததை அறியும் அவள் அப்பா கவர்னர் காக்கர்லால் அவளது கன்னித்தன்மையைச் சோதிக்க பெண் மருத்துவரை அனுப்பும் காட்சியும், அவர் அவளது பிறப்புறுப்பில் சோதிக்க ஷ்ருதி கசப்புடன் அனுமதிக்கும் காட்சியும் இதே போல முக்கியம். பின்னர் பிரபுவை காவல்துறை வதையில் இருந்து காப்பாற்ற ஷ்ருதி தன் உடம்பெல்லாம் அழுக்கைப் பூசி, குப்பையான இடத்தில் வாழ்கிறாள். பிரபுவுடனான தொடர்பு அவளைத் தொடர்ந்து அசுத்தத்துடன் உறவு கொள்ள வைக்கிறது. 'பாய்ஸ்' படத்தில் முன்னாவும் ஹரிணியும் தம் முதலிரவைக் குப்பைக்கூளத்தில் எளிய முத்தங் களுடன் துவக்குகிறார்கள். தற்காலிகமாய்ப் பிரிந்து இணையும் உச்சக்காட்சியில் பெற்றோரும் நண்பர்களும் வேடிக்கை பார்ப்பவர்களும் சுற்றி நின்று காண, சேற்றுக் குட்டையில் கிடந்து இன்னும் ஆவேசமாய் முத்தமிடுகிறார்கள்.

இன்னொரு பக்கம் வடிவேலுவின் பிருஷ்ட நகைச்சுவை, பேட்டை ரேப் ஆகியவை புனிதமான இடங்களில், காரியங்களில் மீறலை நிகழ்த்த ஷங்கர் உடல் சித்தரிப்பைப் பயன்படுத்தும் குறிப்புகள். ஒரு பக்கம் கழிவுகளால் குறைபடும் உடல், இன்னொரு பக்கம் அதையே கொண்டாட்டமாய் மாற்றும் விடலைகளின் உடல். 'பாய்ஸ்' படத்திலும் ஷங்கர் இந்த முரணைப் பயன் படுத்துவார். ஒரு பக்கம், (பிரபு, அம்பி போல) தன் வலது உள்ளங்கையில் ஹரிணி எழுதிய எழுத்துக்களை அழியாமல் பாதுகாக்க இடதுகையால் உண்ணும் முன்னா, பெண்கள் பின்னால் காதல் பிச்சை கேட்டுச் செல்லும் குமார்; இன்னொரு பக்கம் இவர்களுக்கு முரணாய்ப் பெண்ணுடலைக் கொச்சையாய் மட்டும் கண்டு ரசிக்கும் ஜூஜூ, முதிர்ந்த

பெண்களின் உடல் மீது இச்சை கொண்ட, இளம் பெண்களை நிராகரிக்கும், செக்ஸ் கதைகளில் திளைக்கும் கிருஷ்ணா. பெண்ணுடலை மகத்துவமாக்கும் தாழ்வுணர்வு கொண்ட ஆண்கள், பெண்ணுடலை உரசுவதில், வேடிக்கை பார்ப்பதில், தனக்குப் பொருத்தமற்ற பெண்களை அடைவதில், விலைமாதரைப் பயன்படுத்துவதில் தனி இன்பம் காணும் பிறழ்வை, விளிம்பில் உள்ள உடல்களை மட்டும் மோகிக்கும் ஆண்கள் என இரு முரணான உலகங்களைச் சமமாகக் காட்டிய படம் 'பாய்ஸ்'. இந்தப் பாலியல் மீறல் வக்கிரம் என்றும், பெண்கள் மீதான வன்முறை என்றும் இப்படம் வெளியானபோது பெண்ணிய வாதிகளாலும் ஒழுக்கவாதிகளாலும் கடுமையாய்க் கண்டிக்கப்பட்டது. ஆனாலும் அரசியல் சரித்தன்மையை கடந்து பார்க்கும்போது பெண்ணுடலை உன்னதமாய்க் கண்டு, அதன் கழிவுகளைக்கூட மகத்துவமாக்கி அதில் சன்னதம் கொள்ளும் ஆண்கள் கொண்ட ஒரு சமூகத்தில் அதே பெண்ணுடலைக் கொச்சையாக, துய்ப்புக்கான பொருளாக பாவிக்கும் உளவியலும் இருந்தே தீரும் என்பதை நாம் உணரலாம். ஷங்கரின் காட்சி மொழியில்தான் இந்த வெகுமக்கள் உளவியல் துலக்கம் பெறுகிறது.

உருமாறும் வில்லனும் உருமாற மறுக்கும் நாயகனும்

'ஜென்டில்மேன்' படத்தில் தொடர்ந்து உருமாறும் மல்லிகார்ஜுனா (ரகுவரன்), கவர்னருக்காகக் குண்டு வைக்கும் வாடகைக் கொலையாளி. இறுதியில் குண்டு வெடித்து அவன் முகமும் உடலும் சிதைந்து போகிறது. அவனது உருமாற்றம் பணத்துக்காக எதையும் செய்யும் அவன் நிலையின்மையைக் காட்டுகிறது.

மாறாக, பிரபு மற்றும் ஷ்ருதியின் உருமாறாத உடல்கள் இப்படத்தில் லட்சிய உறுதியின் உருவகம். 'முக்காலா முக்காபுலா' பாடலில் பிரபுதேவா எதிரிகளால் சுடப்பட அவர் மெல்ல மெல்ல உடலில் ஒவ்வொரு பாகமாய் மறைந்து ஆடை மட்டுமாக நடனமாடுவார். ஆனால் உடலற்றும் உடலுடன் இருப்பார். ஆனால் அவரது எதிரிகளோ சுடப்பட்டதும் உறுதியற்று விழுந்து மாய்வார்கள்.

ஷங்கரின் படங்களில் நாயகி உருமாறும் ஓர் அழகான காட்சி இது: மல்லாந்து கிடக்கும் ஸ்ருதி வயிற்றில் பிரபு

தலைவைத்துப் படுத்திருக்கிறான். அவள் தன் தாவணியை அவன் தலைமேல் போட்டுவிட்டு, இப்போது தான் ஒன்பது மாதப் பிள்ளைத்தாச்சி என்கிறாள்.

ஜீன்ஸ் (1998): மாய உடல்கள்

'ஜீன்ஸ்' ஒரு பக்கம் ஓர் எளிய கிராபிக்ஸ் காதல் படம். கிரேஸி மோகன் பாணி ஆள் மாறாட்ட நகைச்சுவைக் கதை. இன்னொரு பக்கம், நாம் காதலிப்பது உடலையா ஆளுமையையா, ஒன்றை இன்னொன்று எனக் குழப்புகிறோமா எனும் கேள்வியையும் போகிற போக்கில் இப்படம் எழுப்புகிறது. இதற்கு இரட்டையர், மாறுவேடம் ஆகிய தேய்வழக்குகளைப் பயன்படுத்துகிறது. விச்சு, ராமு ஆகிய இரட்டையரில் விச்சுவை நேசிக்கும் மதுமிதா பின்னவரை முன்னவர் என எண்ணி மனமுருகிப் பேசி, பின் சங்கடப்படும் இடங்கள் சுவாரஸ்யமானவை. அவர் இவர்தானோ எனும் பதற்றத்தில் தன்னால் விச்சுவை நெருங்கிக் கவனிக்க ஒருபோதும் முடிந்ததில்லை என மதுமிதா தன் பாட்டியிடம் சொல்லும் வசனம் முக்கியமானது. நெருங்கி நுணுகி விச்சுவைக் கவனிக்காத அவள் விச்சுவின் எந்தப் பரிமாணத்தை நேசிக்கிறாள்? அதே போல, தனக்கு ஓர் இரட்டைத் தங்கை உண்டு என நம்பவைக்க, வைஷ்ணவி எனும் மாறுவேடம் பூணும் மதுமிதாவை மிகச் சுலபமாய் ராமு காதலிக்கிறான். அவள் மதுமிதாவாக தோன்றும் போது மிகுந்த பவ்யத்துடன் 'அண்ணி' என அழைக்கும் அவன், அவள் வேடம் அணிந்து உருமாறும்போது எப்படி அவளை மோகிக்கிறான்? அவன் மதுமிதாவின் (தன் அண்ணியின்) எந்தப் பரிமாணத்தை விரும்புகிறான்? இறுதியில் தான் ஆவேசமாய் நேசித்தது ஒரு பொய் உடலைத்தான் என அறிய வரும்போது அவன் மனமுடைகிறான்.

அந்நியன் (2005)

'அந்நியன்' படத்தில் கிட்டத்தட்ட எல்லாக் காட்சிகளிலும் சமூகத்தால் தனிமனிதன் உடலால் சிறுமைப்படுத்தப் படுவதைப் பார்க்கலாம். பொது இடங்களில் வன்முறைக் குள்ளாகும் பெண்கள், வாகன விபத்தாகி ஆதரவின்றி ரத்தம் சிந்திக் கிடக்கும் மனிதர்கள், அரசு ஊழியர்களின்

அலட்சியத்தால் மின்சாரம் தாக்கிச் சாகும் குழந்தை, தரமற்ற பொருட்களைத் தயாரித்து விற்று உடலுக்கு ஆபத்து விளைவிப்பவர்கள், சோம்பலால் தன்னையே சிறுமைப் படுத்துபவர்கள்... என அச்சுறுத்தல்கள் படம் முழுக்கத் தொடர்கின்றன. இவர்களைப் பழிவாங்க நாயகன் தன்னை உருமாற்றுகிறான். சைக்கோ கொலைகாரன் ஆகிறான். ஆனால் அவனது உருமாற்றம் ('ஜென்டில்மேன்', 'இந்தியன்' (1996) போல் அல்லாது) சமூகத்தைச் சீர்திருத்தாது அபத்தமாய் முடிகிறது. இவ்விதத்தில், ராஜீவ் முருகனின் 'ஜோக்கர்' படத்துக்கான துவக்கப் புள்ளியாக இப்படத்தைப் பார்க்கலாம்.

சம்பிரதாயமான ஐயங்காரான அம்பியின் அருகில் சைக்கிள் ஓட்டிச் செல்லும் ஒருவன் எதேச்சையாய் உமிழும் எச்சில் அம்பியின் முகத்தில் படுகிறது. இது படத்தின் முத்திரைக் காட்சி. இதைத் தொடர்ந்து அவனது 'பூசாரித்' தோற்றம் (அவனது அம்பித்தனத்தின், கறார்த்தனத்தின் உருவகம்) சமூகத்தால் தொடர்ந்து காறி உமிழப்படுகிறது. இதன் விளைவாக சமூகத்தைத் திரும்பச் சீர்குலைக்க, காறி உமிழ, அவன் ரெமோ மற்றும் அந்நியனாகத் தன் உருவத்தை மாற்றுகிறான். ரெமோவாக தன் காதலி நந்தினியை மறைமுகமாய்ப் பகடி செய்யும் அவன் அந்நியனாய் அவளைக் கொல்ல முயல்கிறான். குற்றவாளிகளாய் அவன் கருதும் பிறரைக் கொடூரமாய்ச் சிதைத்துக் கொல்கிறான். இந்தக் கோணத்தில் 'அந்நியன்' அம்பியை 'முதல்வன்' அரங்கநாதனின் மற்றொரு வடிவம் எனலாம். அரங்கநாதனின் கையில் தொண்டனால் நகக்கீறல் படுவதில் அவரது வீழ்ச்சியின் கதை ஆரம்பிக்கிறது என்றால், அம்பியின் உருமாற்றம் அவன் மீது காறி உமிழப்படுவதில் ஆரம்பிக்கிறது. (அவன் தங்கையின் மரணம் ஒரு சாக்குபோக்கு மட்டுமே.)

சிவாஜி (2006)

'எப்போதும் பச்சைத் தமிழன்
இப்போ நான் வெள்ளைத் தமிழன்'

'சிவாஜியும் நான்தான்
எம்.ஜி.ஆரும் நான்தான்
நீ போட்ட திட்டப்படி சிவாஜியா செத்து

நான் போட்ட திட்டப்படி எம்.ஜி.ஆரா வெளியே
வந்திட்டேன்'

ஷங்கரின் படங்களில் அதிகமான metatextual தன்மைகள்
கொண்ட படம் சிவாஜி. ஒரு பக்கம் ரஜினி எனும்
நடிகனின் திரைவளர்ச்சி, சிவாஜி, எம்.ஜி.ஆர், கமல்
ஆகியோருடனான ரஜினியின் ஒப்பீடு எனச் சின்ன சின்னக்
குறிப்புகள் வசனத்தில் வருகின்றன. சிவாஜி எனும்
பாத்திரத்தின் அமைப்பே மத்திய வர்க்க குணசீலனான
சிவாஜி கணேசனின் திரைப்பாத்திரங்கள், அதிரடிப் புரட்சி
யாளனாக எம்.ஜி.ஆரின் தொன்மம், இறுதியில் எதிர்நாய
கனாக ரஜினியின் திரை வருகை எனக் கடந்த ஐம்பதாண்டு
காலத் தமிழ் சினிமாவின் கதாநாயகத் தொன்ம
உருமாற்றத்தைச் சுட்டுகிறது. படத்தின் முதல் பகுதியில்
அப்பாவியான லட்சியவாதியாக வரும் சிவாஜி, அதன்பின்
வன்முறையைக் கையில் எடுக்கும் மக்கள் போராளியாக,
கறுப்புப் பணத்தைத் திருடி மக்களுக்கே தருகிறவராக
'சிங்க முகம்' கொண்ட சிவாஜியாக (எம்.ஜி.ஆர்) மாற்றம்
கொள்கிறார். இறுதியாக எதிர்மறை உணர்வுகளின்
மொத்த வடிவமாய் மொட்டை பாஸாக (ரஜினிகாந்த்)
மாறுகிறார். இந்த இறுதி உருமாற்றத்தில் அவர் எண்பது,
தொண்ணூறுகளின் சினிமா நாயகனாகத் தோன்றுகிறார்.
லட்சியங்களை மட்டும் நம்பாமல் எதிரியின் ஆயுதத்தைக்
கொண்டே அவனை அழிக்கவேண்டும்; அதற்காக எந்த
விதிமுறையையும் உடைக்கலாம் எனும் சமகால
மனநிலையைப் பிரதிபலிக்கிறார். இது சுதந்திரத்துக்குப் பின்
ஒவ்வொரு இந்தியனும் இன்று அடைந்துள்ள உள்ளார்ந்த
உருமாற்றம்தானே?

வெள்ளைத் தோலை வழிபடும் தமிழர்கள் எப்படிக்
கருப்பான ரஜினியை ஏற்றுக் கொண்டார்கள் எனும்
கேள்வியும் இப்படத்தில் எழுப்பப்படுகிறது. அதாவது
சிவப்பான எம்.ஜி.ஆரை வழிபட்ட மக்கள் எப்படித்
தோற்றத்தில் நேர்எதிரான ரஜினியையும் கொண்டாடினார்
கள்? இந்த இரு நாயகர்களையும் அருகருகில் வைத்துப்
பரிசீலிக்க ,கரிய ரஜினியும் வெள்ளையாக உருமாற்றம்
பெற்ற ரஜினியும் 'ஸ்டைல்' பாடலில் தோன்றுகிறார்கள்.
தோல் அளவில் அவர் உருமாறினாலும் அவரது உண்மை
நிறமான கருப்புதான் அழகு எனும் சேதியும் இறுதியில்
வருகிறது.

எந்திரன் (2010)

'இங்கு மனிதர்களுக்கு மரியாதையே இல்லை'

'எந்திரன்' விஞ்ஞானி வசீகரன் 'அந்நியன்' அம்பியின் இன்னொரு வடிவம். வசீகரன் தான் உருமாறுவதற்குப் பதில் தனக்கு ஓர் உன்னதமான பதிலியை உருவாக்குகிறார். பொதுவாக விஞ்ஞானப் புனைகதைகளில் (குறிப்பாக சுஜாதாவின் கதைகளில்) விஞ்ஞானிகள் நடைமுறைக்கு லாயக்கற்ற, அறிவிலும் ஆய்விலும் மட்டுமே ஆர்வம் கொண்ட தத்திகளாய் வருவார்கள். வசீகரன் அப்படியான ஒருவர். அவரால் ஆடிப் பாடவோ, வில்லன்களுடன் திறமையாய்ச் சண்டையிடவோ அசகாய சாகசங்கள் செய்யவோ முடியாது. தனது காதலி சனாவின் கனவு நாயகனாகக் கருதத்தக்க ஒரு பதிலி வசீகரனை அவர் உருவாக்குகிறார்: சிட்டி எனும் எந்திரன். இதை அவர் பிரக்ஞைபூர்வமாய் அன்றி, தன்னை அறியாது செய்திருக்கவேண்டும். பின்னர் எப்படி அந்நியனும், ரெமோவும் அம்பிக்கு இடையூறாய் மாறுகிறார்களோ அவ்வாறே சிட்டியும் மாறுகிறான். சிட்டி கட்டுக்கடங்காத ஒரு ராட்சசனாய் மாறிப் பெரும் அழிவுகளை ஏற்படுத்தியபின் வசீகரன் சிட்டியை முறியடிக்கிறார். வசீகரனுக்கும் சிட்டிக்குமான மோதல் பிரமாண்டமாய் வெளியே சித்தரிக்கப்பட்டாலும், அது ஒரே நபருக்குள் நிகழும் உள்போராட்டம்தான்.

சிட்டி என்பது வசீகரனின் உருமாற்றமே. ஒரு விஞ்ஞானியாக வசீகரனால் அடைய முடியாத அதிகாரத்தை, ஆற்றலை, ஆதிக்கத்தை, காட்ட முடியாத காதலை சிட்டியால் நிகழ்த்த முடிகிறது. சனாவை அடைவது சிட்டியின் இந்தக் கட்டுக்கடங்காத ஆசைகளுக்கான ஒரு சாக்கு மட்டும்தான். இப்படிப் இப்படத்தைப் புரிந்து கொள்வதற் கான ஆதாரம் படத்தின் இறுதியில் வரும் நீதிமன்றக் காட்சியில் உள்ளது. எந்திரனால் ஏற்பட்ட ஆயிரக்கணக் கான மக்களின் மரணத்துக்கும், ஈடற்ற அழிவுக்கும் வசீகரனே காரணம் எனக் குற்றம் சாட்டப்படுகிறது; அவருக்கு கடும் தண்டனை கோரப்படுகிறது. அப்போது சிட்டி தலையிட்டு தவறு அனைத்தும் தன்தே என்கிறான். இக்காட்சியை 'அந்நியன்' படத்தில் வரும் இறுதி

நீதிமன்றக் காட்சியுடன் ஒப்பிடலாம். அதிலும் அம்பியும் அந்நியனும் ஒரே சமயம் குற்றமன்னிப்புக் கோருகிறார்கள். யார்தான் குற்றவாளி எனும் குழப்பம் ஏற்படுகிறது. இரண்டு நீதிமன்றக் காட்சிகளின் முடிவிலும் பதிலியின் குற்றத்துக்கு அசலைத் தண்டிக்க முடியாது எனத் தீர்ப்பு வழங்கப்படுகிறது. ஆக, அம்பிக்கு அந்நியன் எப்படியோ வசீகரனுக்கு சிட்டி அப்படியே! (தன்னைத் தீயவனாய் மாற்றிய விஞ்ஞானி போராவையும், அவரது சிவப்பு சிப்பையும் சிட்டி நீதிமன்றத்தில் குறிப்பிட்டாலும், இறுதிக் காட்சியில் ஒரு குழந்தையிடம் சுயமாய்ச் சிந்திக்க ஆரம்பித்ததே தன் வீழ்ச்சியின் காரணம் என அது கூறுகிறது. சிட்டி வசீகரனின் பதிலி, பிறழ் வடிவம் என்றால் தீமைக்கு அடிமையாகும் வண்ணம் வசீகரனுக்குள் இருக்கும் பலவீனத்தை இது காட்டுகிறது.).

இப்படத்தின் உருமாற்றக் காட்சிகளில் மிகவும் கற்பனா பூர்வமானது சிட்டி தன் படைப்பான பிற எந்திரன்களுடன் இணைந்து தன்னை பிரமாண்டமான அனகோண்டாவாக, ராட்சச எந்திரனாக மாற்றும் உச்சக் காட்சி. சிட்டியின் அகங்காரத்தின் பெருக்கம்தான் அந்த பிரமாண்டம். அதனாலே அது தன் பிரமாண்ட ஆற்றலைத் தனக்குள் சிலாகிக்கிறது. பல்லாயிரம் எந்திரன்கள் இணைந்து வான்முட்டும் ராட்சச எந்திரனானதும் அவை ஒரு கட்டடத்தில் ஸ்டைலாய் சாய்ந்து நின்று தம்மையே ரசிக்கின்றன. ஆனால் வசீகரன் ஒரு மென்பொருளை மாற்றி எழுதியதும் இந்த வான்முட்டும் எந்திரன் நொடியில் உதிர்ந்து சரிகிறது. அகங்காரத்தினால் தன்னைப் பெருக்கிக் கொள்கிறவர்கள் இப்படித்தான் மணல் கோபுரம் போல் நொடியில் சரிவார்கள்.

ஐ (2015)

பாடி பில்டர்கள், வடிவான கொடியிடை மாடல்கள் எனத் திரைமுழுக்க நிறைக்கும் இப்படம் உடல் மாற்றங்களை ஷங்கரின் வழக்கமான நம்பிக்கைகளின்படிக் கையாள்கிறது. உருமாற்றம் ஒரு வீழ்ச்சியின் உருவகமாய் வருகிறது. தன்னை உருமாற்றி வீழ்த்திய எதிரிகளை லிங்கேஸ்வரன் (லீ) அதைவிடக் கொடுரமாய் உருமாற்றி முறியடிக்கிறான். இப்படத்தில் பிரதானப் பாத்திரங்கள் உடல் மாற்றங்களை ஒரு தொழிலாக, நிறுவனமாய்

மாற்றிய மனிதர்கள். தியா, லிங்கேஸ்வரன், அவர்களைப் போன்ற பிற மாடல்கள், பாடி பில்டர்களின் உண்மையான (வடிவ நேர்த்தியற்ற) தோற்றம் படத்தில் வருவதில்லை. படத்தில் வருவது அவர்கள் கடுமையாய் உழைத்து, வருத்தி தம்மைச் சிறுத்தும் பெருக்கியும் கொண்டுள்ள தோற்றங்கள். இன்னொரு பக்கம் லீயின் எதிரி மாடல் ஜான், எதிரி பாடி பில்டர் ரவி, மாடல் உடல்களைத் தன் நிறுவன விளம்பரத்துக்குப் பயன்படுத்தும் இந்திரகுமார், உடல் தோற்றத்தைப் பொலிய வைக்கும் ஓஸ்மா எனும் திருநங்கை (மற்றொரு உருமாற்றம்), உடல் இயக்கத்தைச் சீராக்க வேண்டிய மருத்துவர் வாசுதேவன் ஆகியோர் வருகிறார்கள். பொய்யுடல்களை உருவாக்கி அழிப்பதற்கு இடையிலான சச்சரவாகவும் இப்படத்தைப் பார்க்கலாம்.

●

மாயமானைக் காதலித்தேன்

'ஜீன்ஸ்' படத்தில் நிகழ்வதைப் போல ஷங்கரின் படங்களில் மனிதர்கள் இப்படி மற்றொருவரின் நிழலை, மாய உடலைச் சுலபத்தில் நம்பிக் காதலில் விழுகிறார்கள். 'ஜென்டில்மேன்' படத்தில் சுசீலா, கிச்சா எனும் வேடத்தைக் காதலிக்கிறாள். 'பாய்ஸ்' படத்தில் ஒரு காதலி கிடைக்கும் வரை விடலை நண்பர்கள் ஒரு கிராபிக்ஸ் தோற்றத்தைக் காதலித்து ('எனக்கு ஒரு கொர்ள் பிரண்ட்') அதனுடன் ஆடிப் பாடுகிறார்கள். 'எந்திரன்' படத்தில் ஒரு பொய் உடல் (சிட்டி) ஓர் உண்மையான உடலை (சனா) காதலிக்கிறது. 'ஐ' படத்தில் தன்னைக் கடத்தி வைத்திருக்கும் கூனன் தன் காதலன் என தியா அறிவதில்லை. தியாவை அவள் பத்து வயதாக இருக்கையில் இருந்தே பொருத்தமற்று மோகிக்கும் மருத்துவர் வாசுதேவன் தியாவைப் பற்றின ஒரு கற்பிதத்தையே விரும்புகிறார். 'சிவாஜி'யில் தமிழ்ச்செல்வியுடன் உறவாட நாயகன் பல தோற்றங்களில் வருகிறான். அவளால் உயிரிழந்து மற்றொரு மனிதனாய்ப் புத்துயிர்த்து வருகிறான். சிவாஜியாக அவளை நேசிக்கும் ஆள் கபடமற்றவன். ஆனால் இறுதிக் காட்சிக்குமுன் மொட்டை பாஸாக (பொய்யுருவாக) அவளை அவன் முதலில் பார்த்துக் கண்ணடித்துச் சிரிக்கும் போது அதில் தடையற்ற காமத்தை ரஜினி குறிப்புணர்த்துவார். 'அந்நியன்' படத்தில் நந்தினி ரெமோவை ஆசைப்பட்டு, அம்பியை ஏற்றுக்கொண்டு, இறுதியில் அந்நியனுக்கும்

ரெமோவுக்கும் இடைப்பட்ட ஓர் ஆளைத் திருமணம் செய்கிறாள். அவள் உண்மையான ஆளுடன் இருப்பதே இல்லை. ஏற்கெனவே குறிப்பிட்டது போல, 'முதல்வன்' புகழேந்தியும் தேன்மொழியும் ஊடக உருவங்களாகவே அறிமுகமாகி நேசம் கொள்கிறார்கள். 'இந்தியன்' சந்திரு வேலை வாங்கும் நோக்கில் ஆர்.டி.ஓ அதிகாரியின் மகள் சப்னாவுடன் நெருங்கிப் பழகுகிறான். அவனை நேசிக்கும் ஐஸ்வர்யா ஒரு லட்சியவாதி. ஆனால் சந்துரு பொய்யன். தன் தேவைக்கேற்ப ஒன்றில் இருந்து மற்றொன்றாக மாறும் நிழல். இவர்கள் எப்படி பரஸ்பரம் காதலிக்கிறார்கள், ஐஸ்வர்யா எந்த சந்துருவை விரும்பினாள் எனும் கேள்வி முக்கியம். சந்துருவின் ஊழலால் 40 பள்ளி மாணவர்கள் இறக்க, சந்துருவின் அப்பா இந்தியன் தாத்தா அவனைக் கொல்ல முடிவெடுக்கிறார். அவரிடம் ஐஸ்வர்யா தன் காதலனின் உயிரைப் பறிக்க வேண்டாம் எனக் கெஞ்சுகிறாள். இந்தியன் தாத்தா கேட்கிறார்: லட்சியவாதியான அவள் ஒரு மிருகம் வேதனைப்படுவதைத் தாங்காதவள்; பிஞ்சுக்குழந்தைகள் இறந்ததை மட்டும் எப்படிப் பொறுக்கிறாள்? கொன்ற வனுக்காய் எப்படி வக்காலத்து வாங்குகிறாள்? இதற்கு பதிலளிக்கும் ஐஸ்வர்யா 'சந்துருவின் கொடுங்குற்றத்தை என் புத்தி புரிந்து கொள்கிறது; அவனுக்குத் தண்டனை தேவைதான்; ஆனால் என் மனம் அவன் தப்பிக்க விரும்புகிறது' எனச் சொல்கிறாள். அவளது இந்த சுயமுரண் ஷங்கரின் பிற காதலர்களுடன் அவளை வைத்துப் பார்க்கையில் சுவாரஸ்யமாகிறது. அவள் சந்துரு எனும் நிழலுருவில் ஒரு நல்லவனைக் கற்பிதம் செய்து நேசிக்கிறாள்.

மனிதர்கள் தாம் காணும் தோற்ற மயக்கத்தை நேசிப்பதை, விர்ச்சுவல் ரியாலிட்டியுடன் மையல் கொள்வதைப் பேசுவதில் ஷங்கருக்கு தனி ஆர்வம் உண்டு. தமிழில் வேறு இயக்குநர்கள் யாரும் தொட்டுப் பார்க்காத விசயம் இது.

உருமாறாத உடல்கள்

ஷங்கரின் படங்களில் உருமாறாத உடல்கள், உறுதியின், லட்சியவாதத்தின், எழுச்சியின் உருவகமாய் வருகின்றன. அவரது கிட்டத்தட்ட எல்லாப் படங்களிலும் போலிஸ் சித்திரவதைக் காட்சிகள் உண்டு. 'ஜென்டில்மேன்' படத்தில் தலைகீழாய்த் தொங்கவிடப்பட்டு கிச்சாவின்

தலையில் ஒரு சாக்குப்பை கட்டப்படுகிறது. அதனுள் வால் தீய்க்கப்பட்ட, வலியில் துடிக்கும் ஓர் எலி. எலி அவன் முகத்தைக் குதறி விடும் எனச் சித்திரவதை செய்யும் அதிகாரி எதிர்பார்க்கிறார். ஆனால் எலியை அவன் கடித்துக் கொல்லுகிறான். எலி உருமாறுகிறது; கிச்சாவின் முகம் உருமாற மறுக்கிறது. 'அந்நியன்', 'காதலன்', 'சிவாஜி' ஆகியப் படங்களிலும் இத்தகையக் கொடூரமான சித்திரவதைகளின்போது நாயகர்கள் உருக்குலைய மறுக்கிறார்கள். 'எந்திரன்' படத்தில் நாயகனால் பல துண்டுகளாய் உடைத்துக் குப்பை மேட்டில் வீசப்படும் சிட்டி ரோபோ உயிர்விட மறுக்கிறது. மீண்டு வரும் அது பலமடங்கு வலுப்பெற்ற ஆபத்தான ரோபோவாகிறது. ஷங்கரின் பாத்திரங்கள், தமது இழப்பின், வீழ்ச்சியின் உருவகமாய் உருக்குலைவை ஏற்கிறார்கள். அதேசமயம் மீண்டு வரும் வேளைகளில் அவர்கள் உடல் உருக்குலைவை எதிர்க்கிறார்கள். சிதைவில் இருந்து மேலும் உறுதியானவர்களாக வெளிவருகிறார்கள்.

முரண் உடல்கள்

சில காவலர்களை, ராணுவ அதிகாரிகளை ஷங்கர் சித்தரிக்கும் விதம் வித்தியாசமானது. அவர்கள் உடம்புக்குப் பொருத்தமற்ற வலிமையும் சுபாவமும் கொண்டவர்கள். முரண் உடலர்கள். 'காதலன்' படத்தில் பருத்த எஸ்.பி.பி குழந்தை மனம் கொண்டவர். நாயகன் பிரபுவைக் கொடுமையாய்ச் சித்திரவதை செய்யும் ஒரு பெண் போலிஸ் அதிகாரி ஆண்களைவிட வக்கிரமானவள். பிரபுவை நிர்வாணமாக்கியபின், கட்டெறும்புகள் நிறைந்த சாக்குப் பையை அவன் அணியச் செய்யும் அவள், அவன் துடிப்பதைக் கண்டு 'சின்ன ராசாவே கட்டெறும்பு உன்ன கடிக்குதா?' என ரசித்துப் பாடுகிறாள்.

'ஜென்டில்மேன்' படத்தில் ஒரு சண்டைக் காட்சியில் கிச்சாவுடன் மோதும் கான்ஸ்டபிள்களில் பெரியசாமி என்பவரின் பாத்திரம் சுவாரஸ்யமானது. அவர் வயதானவர். இருமியபடி இருப்பவர். அவரைப் பார்த்தால் ஒரே அடியில் சரிந்து விடுவார் என நினைப்போம். ஆனால் இளைஞர்களைவிட அபாரமாய்ச் சண்டையிட்டு கிச்சாவைக் கிட்டத்தட்ட முறியடிப்பவராய் அவர் இருப்பார்.

இந்த முரண் உடலர்களில் மிகச்சிறந்த பாத்திரம் இந்தியன் தாத்தா. பார்த்தால் தொண்டுக் கிழம்; ஆனால் வர்மக் கலை மூலம் யாரையும் நொடியில் சுருண்டு விழ வைக்கக் கூடியவர்.

ஊனம்

ஷங்கரின் படங்களில் உடல் ஊனம், சீரழிந்த சமூகத்தின் நேரடி உவமை. 'ஜென்டில்மேன்' படத்தில் அரசியலுக்கு வரத் தயங்கும் புகழேந்தியைச் சந்திக்கும் போலியோவால் இரு கால்களும் ஊனமுற்ற இளைஞன் 'என்னைப் போல இந்த நாடும் ஊனமாயிருக்கு. எழுந்து நடக்க வை தலைவா' என உருக்கமாய்க் கோரிக்கை வைப்பான். கிட்டத்தட்ட அதேபோல் ஓர் இளைஞன் 'சிவாஜி'யில் ஆதிசேஷன் அலுவலகத்தில் மருத்துவ சீட்டுக்குப் பணம் கொடுக்க வழியின்றி ஆதிசேஷனிடம் கெஞ்ச வந்திருக்கும் மாணவனாய்த் தோன்றுவான். 'எந்திரன்' படத்தில் இத்தகைய ஓர் ஊனமுற்ற இளைஞனை சிட்டி பெரும் தீ விபத்தில் இருந்து காப்பாற்றுவான். ஆதரவற்ற சமூகத்தை எப்படி ஆற்றல் மிக்க அறிவியல் காப்பாற்றும் என்பதற்கான உருவகம் அது.

இறுதியாக...

ஷங்கரின் அநேகமான படங்களில் கதை ஒன்றுதான். ஒருமுறை நண்பர் தம்பிச்சோழன் 'முதல்வன்' படத்தின் இறுதிக்காட்சியை 'தேவர் மகன்' இறுதிக்காட்சியுடன் ஒப்பிட்டு இரண்டுக்குமான ஒற்றுமையைக் குறிப்பிட்டார். 'முதல்வன்' மட்டுமல்ல, ஷங்கரின் அநேக படங்கள் நேரடியாகவே 'தேவர் மகன்' கதை அமைப்பைக் கொண்டவைதாம். எதேச்சையாய்த் தீமையை எதிர்கொண்டு அதனால் வீழ்த்தப்படும் நாயகன் மீண்டும் வந்து அத்தீமை யின் பாதையில் போய் அதை அழிக்கிறான். விளைவாக, தீமையின் சாயல் அவன்மீதும் படர்கிறது. 'ஜெண்டில்மேன்', 'சிவாஜி', 'அந்நியன்' ஆகியப் படங்களில் கொள்ளையனை எதிர்க்கப் புறப்படும் ஒருவன் கொள்ளையனாக அல்லது கொலைகாரனாக மாறுகிறான். 'எந்திரன்' படத்தில் தனது லட்சிய நம்பிக்கைகளுக்குப் பதிலி உருவம் கொடுக்கும் வசீகரன், அந்தப் பதிலி தனக்குள் உள்ள தீமையின் முகத்தையும் காட்டும்போது திகைக்கிறார். 'காதலன்'

படத்தில் கவர்னரின் தீய செயல்களுடன் எதேச்சையாய்
மோத நேரும் பிரபுவின் உண்மையான நோக்கம், காதலியை
அடைவது மட்டுமே. படத்தின் முடிவில் தன்
வெடிகுண்டுத் திட்டங்கள் சொதப்பி, அதில் தானே சிக்கி,
மின் தூக்கி ஜாம் ஆக அதில் மாட்டிக் கொள்ளும் கவர்னர்
பிரபுவை நோக்கி 'எல்லாம் உன்னால தாண்டா' என்று
கத்துவார். இதை 'முதல்வன்' படத்தில் அரங்கநாதன்
கிளைமேக்ஸில் சாகும் முன் 'that was a good interview'
என நகைமுரணாய்ச் சொல்வதுடன் ஒப்பிடலாம். பிரபு
தீமையுடன் கைகோர்ப்பதில்லை என்றாலும் அதன்
பாதையில் குறுக்கிடுவதன் மூலம் அவன் வில்லன்களின்
அழிவுக்கு எதேச்சையாய்க் காரணமாகிறான்.

ஷங்கரின் கதைகளில் புதுமை இல்லை. ஆனால் அவரது
சினிமா மொழி தமிழில் தனித்துவமானது. தீயவர்களும்
நல்லவர்களும் எதேச்சையான வாழ்க்கைத் திருப்பங்
களால் பரஸ்பரம் ஊடுருவுவதையும் உருமாறுவதையும்
சித்தரிக்க அவர் ஒரு புதுக் காட்சி மொழியை உருவாக்கினார்:
உடல் சிதைவு மற்றும் மாற்றங்களின் காட்சி மொழி.
இதுதான் ஓர் இயக்குநராக அவரது முக்கியச் சாதனை,
தனித்துவம் மற்றும் சிறப்பு.

―――――――